ዴሬክ ፕሪንስ

የምንኖርበት እምነት

ORIGINAL FAITH TO LIVE BY

ትርጉም፡- ተስፋዬ መስፍን

1

መግቢያ

በእምነት ስለ ተከናወኑ አንዳንድ ሁኔታዎች ስንሰማም ሆነ ስናነብ ሁለት ምርጫ ይቀርብልናል፡፡ ይኸውም ስህተት ነው በማለት በቸልታ ማለፍ ወይም የጉዳዩን እውነተኛነት መቀበል ነው፡፡ የተለያዩ ሰዎች በእምነት ጸሎት አስደናቂና አስገራሚ ወይም ከአእምሮ በላይ የሆኑ ሁኔታዎች እንደተፈጸመላቸው ሲናገሩ እንሰማለን፡፡ መጽሐፍ ቅዱሳችንም ‹‹በእምነት መንግሥታትን ድል ነሡ፥ ጽድቅን አደረጉ፥ የተሰጠውን የተስፋ ቃል አገኙ፥ የአንበሶችን አፍ ዘጉ፥ የእሳትን ኃይል አጠፉ፥ ከሰይፍ ስለት አመለጡ ከድካማቸው በረቱ በጦርነት ኃይለኞች ሆኑ፥ የባዕድ ጭፍሮችን አባረሩ…›› በማለት ስለእምነትና በእምነት ስለተከናወነ ገድል በሰፊው ይገልጻል፡፡ (ዕብራውያን 11፥33-35) ለመሆኑ እምነት ምንድነው? የአንዱ እምነት ጽናት ከሌላው የሚለየው ለምንድነው? የአንዱ እምነት ብርቱ ሲሆን የሌላው ለምን ደካማ ይሆናል? እምነት በየጊዜው ያድጋል፥ ይዳብራል፥ ይንቀሳቀሳል ወይስ ቋሚና የማይንቀሳቀስ ነው? በእምነትና በተግባር መካከል ያለው ግንኙነት ምንድነው? እምነቴን እንዲያድግ ምን ላድርግ? ወይም ምን ማድረግ ይገባኛል? ለሚሉትና ለሌሎችም ጥያቄዎቻችን ይህ መጽሐፍ አጥጋቢ መልስ እንደሚሰጥ እርግጠኞች ነን፡፡ በቅንነትና ቀደም ሲል በአእምሮአችን የተቀረጸ አመለካከትን አስወግደን በእውነት ፈላጊነት መንፈስ ካነበብነው ጠቅላላ የሕይወት ገጽታችንን የሚለውጥ በረከት እንደምናገኝበት አንጠራጠርም፡፡ በእምነት የብዙዎች ሕይወት አኗኗርና አመለካከት ተለውጧል፡፡ ለመረዳትና ለመማር አስፈላጊውንም ሁኔታ ካሟላን የእኔና የእናንተ ሕይወት በእምነት የማይለወጥበትና የማይነካበት ምንም ምክንያት አይኖርም፡፡ እምነት የምንኖረው እንጂ የምናነበንበው አይደለም፡፡ ደራሲው ‹‹የምንኖርበት እምነት›› በሚል ርዕስ ይህን መጽሐፍ ያዘጋጁትም ይህን እውነት በአእምሮአቸው ይዘው ነው፡፡ መጽሐፉን አንድ ጊዜ አንብበን የምናስቀምጠው ሳይሆን በቀሪው ዘመን የእምነት ጉዞአችን ሁሉ እንደ መመሪያ የምንጠቀምበት ነው፡፡

ለተሳካ ሕይወት ቁልፍ የሆነው ይህ መጸሐፍ በመንፈስ ቅዱስ እርዳታና በጥሞና ከተነበበ ለእግዚአብሔር ሁሉ የሚቻለው መሆኑን

ያመንነውን ያህል ለሚያምንም ለካ ሁሉ ይቻለዋል!
እንድንል ያደርገናል፡፡

‹‹እምነት በአንድ ሥፍራ ረግቶ የቆመ አይደለም፣ ዘወትር በእንቅስቃሴና በለውጥ ሂደት ላይ ነው፡፡ እውነተኛ እምነት ያለው ሰው በሚያምነው እምነት ከጊዜ ወደ ጊዜ ይለወጣል፣ ይንቀሳቀሳል፣ ያድጋል፡፡››

‹‹እምነት የተመሠረተው በእውነትና በትክክለኛነት ላይ እንጂ በስሜት ላይ አይደለም፡፡››

‹‹ሰው እምነትን መለማመድ ወይም እምነትን በተግባር መተርጎም ይችላል፡፡››

አንድ እውነተኛ አምላክ መኖሩን ማመን ትክክለኛ ሃይማኖት ነው፡፡ ይሁን እንጂ አጋንንትም እንኳ ስለሚያምኑ ማመን ብቻውን በቂ አይደለም፡፡ እንዲያውም ሰይጣን መጽሐፍ ቅዱስ የእግዚአብሔር ቃል መሆኑን እንኳ የሚያምን ይመስለኛል፣ ታዲያ ሰይጣን ይህን ያህል እምነት ካለው የጎደለው ምንድነው? የጎደለው መታዘዝ ነው፡፡ ዲያብሎስና አጋንንቱ በአንድ እውነተኛ አምላክ ቢያምኑም ለእርሱ አይታዘዙም እውነተኛ እምነት ራስን አሳልፎ ወደመስጠትና ወደ መታዘዝ ያመጣል፡፡ አለበለዚያ ግን ዋጋ ቢስ ነው፡፡

‹‹ሰውን በእግዚአብሔር ቃል እንዲታመን የሚያደርገው እምነት ነው፡፡›› ፍጻሜያችን የሚወሰነው እምነት የሚጠይቀውን ጉዳይ በማሟላታችን ወይም ባለማሟላታችን ነው፡፡

የመልካም ነገር ሁሉ ምንጭ የሆነው ጌታ ማስተዋሉን ይስጠን፡፡

የማነብርሃን እንዳለ
አዲስ አበባ

ምዕራፍ አንድ
እምነትና ማየት

እምነት

እምነት በሚለው አጭር ቃል ውስጥ ያለውን ታላቅ ኃይል ሊመዝን ወይም ሊለካ የሚችል ምን ዓይነት አእምሮ ነው? ምናልባትም በእምነት ውስጥ የታመቀውን ታላቅ ኃይል ለመመልከት እንዲያስችለን ኢየሱስ ስለ እምነት የተናገራቸውን ሁለት ዓረፍተ ነገሮች መመልከቱ ሳይጠቅመን እንደማይቀር አስባለሁ፡፡

በእግዚአብሔር ዘንድ ሁሉ ይቻላል (ማቴዎስ 19፡26)

ለሚያምን ሁሉ ይቻለዋል (ማርቆስ 9፡23)

ከእነዚህ ሁለት ዓረፍተ ነገሮች ውስጥ ጎላ ብሎ የሚታየው ቃል ‹‹ሁሉ ይቻላል›› የሚለው ነው፡፡ የመጀመሪያው የሚያመለክተው እግዚአብሔርን ሲሆን፣ ሁለተኛው ደግሞ አማኙን ወይም እምነት ያለውን ሰው ያመለክታል፡፡ ለእግዚአብሔር ሁሉ እንደሚቻለው መቀበል የማናችንም ችግር አይደለም፡፡ ይሁን እንጂ ለሚያምን ሁሉ ይቻለዋል የሚለውን ቃል ለመቀበል የተዘጋጀን ስንቶቻችን ነን? ኢየሱስ ግን ለሚያምን ሁሉ እንደሚቻለው አስረግጦ ተናግሮአል፡፡

በሌላ አነጋገር ለሚያምን ወይም እምነት ላለው ሰው ለእግዚአብሔር የሚቻለው ሁሉ ለእርሱም ይቻለዋል ማለት ነው፡፡ እምነት የእግዚአብሔር ታላቅ ኃይል የሚተላለፍበት አሸንዳ ነው፡፡ ለእግዚአብሔር የሚቻለው ሁሉ በእምነት ለእኛም ይቻለናል፡፡ ስለዚህም ከመጀመሪያው እስከ መጨረሻው ድረስ መጽሐፍ ቅዱስ ስለእምነት ጥቅም አጠንክሮ ማመልከቱ ሊያስደንቀን አይገባም፡፡

እምነት ሲተረጎም

ዕብራውያም ምእራፍ 11 ሙሉ በሙሉ ስለ እምነት የሚናገር ክፍል ነው፡፡ በምእራፉ መጀመሪያ ላይ ያሉት ቁጥሮች በመጽሐፍ ቅዱሳ ይዘቱ እምነት ምን ማለት እንደሆነ ገለጸ ይሰጣሉ፡፡

እምነት ተስፋ ስለምናደርገው ነገር የሚስረግጥና የማናየውንም ነገር የሚያስረዳ ነው፡፡ ‹‹ነገር›› የሚለው ቃል ‹‹ዋስትና›› ለሚለው ቃል ሌላው አማራጭ ትርጉም ሲሆን ቀጥተኛ ትርጉም የያዘውም ይኸኛው ቃል ነው፡፡

ይህ ጥቅስ ስለ እምነት ሁለት ነገሮችን ይነግረናል፡፡ በመጀመሪያ ‹‹እምነት ተስፋ ስለምናደርገው ነገር የሚያስረግጥ ነው›› እምነት በጣም እርግጠኛ በመሆኑ ‹‹ነገር›› ተብሎአል፡፡ ግሪክኛው ቃል ሒፓስታሲስ ነው፡፡ ትርጉሙም ‹‹ሌላውን የሚወክል ወይም ለሌላው መሠረት የሚሆን›› ማለት ነው፡፡

በዕብራውያን 1፡3 ላይ ኢየሱስ የእግዚአብሔር ባሕርይ ምሳሌ መሆኑ ተጠቅሶአል፡፡ ‹‹ባሕርይ›› የሚለው ቃል ሒፓስታሲስ (ማለትም ሌላውን የሚወክል) ከሚለው ከግሪክኛው ቃል የተተረጎመ ነው፡፡ ከላይ የተመለከትነው የዕብራውያን 1፡3 ትርጉም እግዚአብሔር ዘላለማዊና የማይታይ ሲሆን ይህም ባሕርዩ በኢየሱስ ክርስቶስ በኩል ተገልጾአል ወይም ታይቶአል ማለት ነው፡፡ ይህንንም አተረጓጎም ከዕብራውያን 11፡1 ጋር ስናያይዘው ‹‹ተስፋ ለሚደረግበት ነገር መሠረት የሚሆን፣ ማረጋገጫ፣ ዋስትና›› ተብሎ ሊተረጎም ይቻላል፡፡

በሁለተኛ ደረጃ፣ እምነት - ‹‹የማናየውን ነገር የሚያስረዳ ነው፡፡ ሌላ ትርጉም ደግሞ ‹‹እምነት የማይታየው ነገር ማስረጃ ነው›› ቢልም የእምነት ልዩ አትኩሮት በማይታየው ነገር ላይ መሆኑ ግልጽ ነው፡፡ በቁጥር 3 ላይ ደግሞ፡-

> ‹‹ዓለሞች በእግዚአብሔር ቃል እንደተዘጋጁ፣ ስለዚህም የሚታየው ነገር ከሚታዩት እንዳልሆነ በእምነት እናስተውላለን›› ይላል፡፡

እዚህ ላይ የመልእክቱ ጸሐፊ ‹‹የሚታየውን›› እና ‹‹የማይታየውን›› በማነጻጸር አቅርቦአቸዋል፡፡ ስሜቶቻችን በሚታየው ዓለም ላይ ቢያተኩሩም፣ እምነት ግን በማይታየው ነገር ላይ ያተኩራል፡፡ የሚታየው ነገር የተገኘው ከማይታየው ማለትም ከእግዚአብሔር ቃል ነው፡፡

ስለዚህም እምነት ልዩ ትኩረት የሚሰጣቸው ሁለት የማይታዩ ባሕርያት አሉት ማለት ነው፡፡ እነዚህም ሁለት የማይታዩ ባሕርያት እግዚአብሔርና የእግዚአብሔር ቃል ናቸው፡፡ የመጽሐፍ ቅዱሳዊ እምነት መሠረቶች እነዚህ ሁለቱ ብቻ ናቸው፡፡ በተለምዶአዊ አነጋገር ግን እምነት የሚለውን ቃል በተለያየ መልኩ እንጠቀምበታለን፡፡ ለምሳሌ በዚህኛው ጋዜጣ እምነት አለኝ፣ በዚህኛው መድኃኒት እምነት አለኝ፣ በዚያኛው መሪ ላይ እምነት አለኝ በማለት እንናገራለን፡፡ ስለ መጻሐፍ ቅዱሳዊ እምነት ስንናገር ግን ይህን በመሰለ ሁኔታ ልንጠቀምበት አንችልም፡፡ የመጻሐፍ ቅዱስ እምነት መሠረቶች ሁለት በዓይን የማይታዩ ባሕርያት ሲሆኑ፣ እነርሱም፡- እግዚአብሔርና የእግዚአብሔር ቃል ናቸው፡፡

በእምነት እንጂ በማየት አይደለም

ሐዋርያው ጳውሎስ እምነትና ማየት ሁለት ተቃራኒ ነገሮች መሆናቸውን በ2ኛ ቆሮንቶስ 5፡7 ላይ ሲገለጽ ፡- ‹‹በእምነት እንጂ በማየት አንመላለስም›› ብሏል፡፡ የምንመላለሰው በማየት ከሆነ፣ እምነት አያስፈልገንም ማለት ነው፡፡ ሁለቱ ተቃራኒዎች ናቸው፡፡ ይህ ተለምዶአዊ አስተሳሰባችን የሚስማማ አይደለም፡፡ ዓለም ‹‹ማየት ማመን ነው›› ይላል፡፡ ይህ በጣም አስፈላጊ ጉዳይ በመሆኑ በቂ ገለጻ ሊሰጡን የሚችሉ የቅዱሳት መጻሕፍት ክፍሎችን እንመለከታለን፡፡ በመዝሙር 27፡13 ላይ ዳዊት፣ ‹‹የእግዚአብሔርን ቸርነት በሕያዋን ምድር አይ ዘንድ አምናለሁ›› ይላል፡፡ እዚህ ላይ የሚቀድመው የትኛው ነው? ማመን ወይስ ማየት? ማመን ነው፡፡ ዳዊት ከማየት በፊት ማመን እንደነበረበት ሁሉ እኛም ከማየታችን በፊት ማመን አለብን፡፡ የእግዚአብሔርን መልካምነት እንደምናይ ካላመንን መልካምነቱን አናይም፡፡ ተስፋ ከመቁረጥ የምንድነው በማየታችን ሳይሆን በእምነታችን ነው፡፡

ይህ በዕብራውያን 11፥27 ስለ ሙሴ ከተነገረው ዐረፍተ ነገር ጋር ይስማማል ‹‹(ሙሴ) የንጉሡን ቁጣ ሳይፈራ የንጉሡን አገር የተወ በእምነት ነበር፣ የማይታየውን እንደሚያየው አድርጎ ጸንቶአልና፡፡›› ሙሴ በጊዜው በሚያየው ነገር በአንዱም ላይ ተስፋን ወይም መጽናናትን ማግኘት አልቻለም፡፡ ሁኔታዎች ሁሉ ተስፋ የሚያስቆርጡ ቢሆኑም የማይታየውን እንደሚያየው አድርጎ ተቀበለ፡፡ ይህንንም ያደረገው በእምነት ነበር፡፡ የምናየው ነገር ተስፋን ወይም መጽናናትን የሚሰጥ ባይሆንም እምነት ግን የማይታየውን እንደሚታይ አድርገን እንድንቀበል ይረዳናል፡፡

እንደገና፣ ኢየሱስ አልዓዛርን ከሞት ባስነሳበት ወቅት የሆነውን ከዮሐንስ ወንጌል ምዕራፍ 11 እንመልከት፡፡ ከቁጥር 39-40 ባለው ላይ እንዲህ ይላል፣- (39) ኢየሱስ - ድንጋዩን አንሱ አለ፡፡ የሞተውም እህት ማርታ ጌታ ሆይ ከሞተ አሁን አራት ቀን ሆኖታልና አሁን ይሸታል አለችው፡፡ (40) ኢየሱስ - ብታምኚስ የእግዚብሔርን ክብር እንድታይ አልነገርኩሽምን? አላት ከማየቷ በፊት ማርታ ማመን እንደነበረባት ሁሉ እኛም የእግዚአብሔርን ክብር እንድናይ ከተፈለገ አስቀድመን ማመን አለብን፡፡ ለማየት አስቀድመን ማመን አለብን፡፡ በመጀመሪያ ማመን አለብን፣ በማመናችን እናያለን፡፡ እምነት ከማየት ይቀድማል፡፡

በአዲሱ ባሕርይና በአሮጌው ባሕርይ መካከል ላለው ቅራኔ ዋናው መሠረት ይኸው ነው፡፡ አሮጌው ባሕርይ የሚኖረው በስሜት ነው፣ ስለዚህም አስቀድሞ ማየትን ይፈልጋል፡፡ እግዚአብሔር ከአሮጌው ባሕርያችን ነጻ እንዲያወጣንና ‹‹በእምነት እንጂ በማየት አልመላለስም፣ ስለዚህም በእምነት እድናለሁ›› የሚለውን አዲስ ባሕርይ እንዲሰጠን ያስፈልጋል፡፡

በ2ኛ ቆሮንቶስ 4፥17-18 ደግሞ የሚታየውንና የማይታየውን የሚመለከት ገለጻ ተሰጥቶአል፡፡

(17) የማይታየውን እንጂ የሚታየውን ባንመለከት ቀላል የሆነው የጊዜው መከራችን የክብርን የዘላለም ብዛት ከሁሉ መጠን ይልቅ ያደርግልናል

(18) የሚታየው የጊዜው ነውና የማይታየው ግን የዘላለም ነው እዚህ ላይ፡- የጳውሎስ አነጋገር እርስ በርሱ የሚቃረን ይመስላል፣ «የማይታየውን እንድናይ» ይናገራል፡፡ ለመሆኑ የማይታየውን ማየት የሚቻለው እንዴት ነው? የማይታየውን ማየት የሚቻለው በእምነት ብቻ ነው፡፡ «የማይታየውን እንጂ የሚታየውን ባንመለከት...» የሚለው ሐረግ ከፍተኛ ትኩረት ልንሰጠው የሚገባ ነው፡፡ ሙሴ በምድረ በዳ በነበረበት ወቅት ስለመታገስ ወይም በመከራ ስለመጽናት በጣም ጠቃሚ ትምህርትን ተምሮአል፡፡ እዚህ ላይ ሐዋርያው ጠንከር ባለ መልክ ስለመታገስ ወይም ስለመጽናት ያቀረበውም ይህንኑ ጠንከር ባለ መልክ ስለመታገስ ወይም ስለመጽናት ያቀረበውም ይህንኑ ነው፡፡ በአማኙ ላይ የተለያዩ ችግሮችና መከራዎች ቢፈራረቁበትም እግዚአብሔር ምሪትን ይሰጠዋል፡ ጥበቃውንም ያበዛለታል፣ ከዚህም ከእግዚአብሔር ጥበቃና ምሪት የተነሳ ሕይወቱን ለከፍተኛ ዓላማና ግብ ያዘጋጃል፡፡ መከራ ጸባያችንን ይቀርጸዋል፡ ያበጀዋል በፊታችን ላለው ዘላለማዊ ክብርም የበቃን ያደርገናል፡፡ ይሁን እንጂ የሚደርስብን መከራ ወደ መልካምነት ሊለወጥ የሚችለው ትኩረታችን በሚታየው ላይ ሳይሆን በማይታየው ላይ ሲሆን ብቻ ነው፡፡ ዓይኖቻችን በዚህ ዓለምና በስሜቶቻችን ላይ ብቻ ቢያተኩሩ ግን ከመከራ ልናገኝ የሚገባንን በረከት ማግኘት አንችልም፡፡

ስለዚህ በሁለት ዓለሞች መካከል ነው ያለነው ማለት ነው፡፡ አንደኛው ጊዜያዊ ሲሆን ሌላው ደግሞ ዘላለማዊ ነው፡፡ የምናየውና በስሜቶቻችን የምንረዳው ዓለም ጊዜያዊ ነው፡ ዘላለማዊ ዓለምን የምንረዳው ግን በእምነት ብቻ ነው፡፡ ስለማታየው አምላክና ስለ ቃሉ እንድንገነዘብ የሚያደርገን እምነት ብቻ ነው፡፡

ማጠቃለያ

እምነት ከራሳችን ችሎታ አልፈን ሁኔታዎች በእግዚአብሔር ችሎታ እንድንረዳቸው ያደርገናል፡፡ ከሁለቱ የማይታዩ ባሕርያት ማለትም ከእግዚአብሔርና ከእግዚአብሔር ቃል ጋር የምንተዋወቀው በእምነት ብቻ ነው፡፡ በዚህ እምነት መሠረት ከእግዚአብሔር ጋር ያለን ሕብረት ሲጠናከር በዕለታዊ ኑሮአችን የሚገጥሙንን ችግርና

መከራ የምንቋቋምበት ኃይል ይኖረናል፡፡ በዚህም ሁኔታ ተጠቅሞ እግዚአብሔር መልካምነቱንና ክብሩን በሕይወታችን ይገልፃል፡፡

እምነትና ማየት በማያቋርጥ ቅራኔ ውስጥ ናቸው፡፡ አሮጌው ባሕርይ የሚያተኩረው በዚህ ዓለምና በገዛ ስሜቶቹ ላይ በመሆኑ ማየትን ይፈልጋል፡፡ እኛ ክርስቲያኖች ግን ያለምንም ማስረጃ ሙሉ በሙሉ በእግዚአብሔርና በእግዚአብሔር ቃል መታመን ይኖርብናል፡፡

ምእራፍ ሁለት
እምነትና ተስፋ

በምዕራፍ 1 በእምነትና በማየት ወይም በማመንና በማየት መካከል ያለውን ልዩነት ተመልክተናል፡፡ በዚህ ምዕራፍ ደግሞ በእምነትና በተስፋ መካከል ያለውን ልዩነት እንመለከታለን፡፡ በክርስቲያኖች መካከል ብዙ አለመግባባት እንዲኖር ምክንያት ከፈጠሩት ነጥቦች ዋነኛው በእምነትና በተስፋ መካከል ያለውን ልዩነት ጠንቅቆ ካለ መገንዘብ የተነሳ ነው፡፡ ብዙ ክርስቲያኖች ማግኘት አለብን ብለው ያሰቡትን ባለማግኘታቸው በጸሎት ሕይወታቸው ተዳክመዋል፣ ተስፋም ቆርጠዋል፡፡ ለዚህ ምክንያቱ የሚጸልዩት በተስፋ እንጂ በእምነት ባለመሆኑ ነው፡፡ እግዚአብሔር ለሚያምን ሰው የገባውን ቃልኪዳን ተስፋ ለሚያደርግ ሰው አልገባም፡፡ ታዲያ ልዩነቱ ምንድነው? በእምነትና በተስፋ መካከል ያለውን ልዩነት እንዴት መረዳት ይቻላል?

እምነት በልብ ነው

የመጀመሪያው ዋነኛ ልዩነት እምነት በልብ ሲሆን ተስፋ ግን በአእምሮ መሆኑ ነው፡፡ በሮሜ 10፡10 ላይ ጳውሎስ - ‹‹ሰው በልቡ አምኖ ይጸድቃል›› ይላል፡፡ መጽሐፍ ቅዱሳዊ እምነት የሚጀምረው ከልብ ነው፡፡ እምነት ጽድቅን ያስከትላል፡፡ እምነት በአንድ ስፍራ ረግቶ የቆመ አይደለም፡፡ ዘወትር በእንቅስቃሴና በለውጥ ሂደት ላይ ነው፡፡ እውነተኛ እምነት ያለው ሰው በሚያምነው እምነት ከጊዜ ወደ ጊዜ ይለወጣል፣ ይንቀሳቀሳል፣ ያድጋል፡፡

በሌላ ወገን ደግሞ እውነትን በአእምሮው ብቻ የሚቀበል ሰው አይለወጥም አይንቀሳቀስም፣ አያድግም፡፡ እውነትን በአእምሮ ብቻ መቀበል እምነት አይደለም፡፡ እምነት ሊኖር የሚችለው እውነት ከአእምሮ ዘልቃ የሕይወት መሠረት ወደ ሆነው ልብ ስትጠልቅ ብቻ ነው፡፡ በአእምሮ ብቻ የተቀበልነው እውነት መካን፣ ፍሬ ቢስና ውጤት አልባ ሊሆን ቢችልም በእምነት አማካይነት ወደ ልባችን የጠለቀ እውነት ግን ኃይል አለው፣ ሕይወትንም ይለውጣል፡፡

በምሳሌ 4፡23 ላይ ሰለሞን «አጥብቀህ ልብህን ጠብቅ፡ የሕይወት መውጫ ከእርሱ ነውና፡፡» በማለት ያስጠነቅቀናል፡፡ የሕይወታችንን አቅጣጫ የሚወስንልን ነገር ሁሉ የሚመነጨው ከልባችን ነው፡፡ እምነት አእምሮአዊ ዕውቀት ብቻ አይደለም፡፡ እምነት በልባችን የሚሠራ ተግባራዊ እውነት ነው፡፡

ይሁን እንጂ እግዚአብሔር ለአእምሮአችንም ቢሆንም የራሱን ድርሻ እንደ ሰጠው መረዳት አለብን፡፡ በልባችን ውስጥ የሚሠራ የሚንቀሳቀስ እምነት በአእምሮአችን ውስጥ ተስፋ እንዲፈጥር ያደርጋል፡፡ ይህንንም ለማለት ያበቃን በዕብራውያን 11፡1 ስለ እምነት የተሰጠውን ገለጻ ምክንያት በማድረግ ነው፡፡ «እምነትም ተስፋ ስለምናደርገው ነገር...» የተስፋ መሠረቱ በልባችን ውስጥ የሚፈጠረው እምነት ነው፡፡ በ1ኛ ተሰሎንቄ 5፡8 ላይ ጳውሎስ እምነትና ተስፋ በስብእናችን ውስጥ ስላላቸው የሥራ ድርሻ ሲያመለክት- » የሚያንቀላፉ በሌሊት ያንቀላፋሉና የሚሰክሩም በሌሊት ይሰክራሉና እኛ ግን ከቀን ስለሆንን የእምነትንና የፍቅርን ጥሩር የመዳንንም ተስፋ እንደ ራስ ቁር እየለበስን በመጠን እንኑር» ይላል፡፡ ከዚህ እንደምንረዳው እምነትና ፍቅር ልብን የሚከልሉ ጥሩሮች ሲሆኑ ተስፋ ደግሞ የአእምሮ ወይም የራስ ቁር ወይም መከላከያ ነው፡፡

የእምነትና የተስፋን ልዩነት ማሳየት አስፈላጊ ሆኖ ብናገኘውም ለተስፋ ዝቅተኛ ስፍራ ለመስጠት ዓላማ የለንም፡፡ በመጽሐፍ ቅዱስ አገላለጽ ተስፋ አልሸነፍ ባይነትን፡ መልካም ነገር መጠባበቅንና የዓላማ ጽናትን ያመለክታል፡፡ ይህ ነው እንግዲህ አእምሮአችንን ወይም ራሳችንን የሚከልለው፡፡ እያንዳንዱ ክርስቲያን በቀን ውስጥ 24 ሰዓት በራስ ቁር መከለል አለበት፡፡ በየዕለቱ ግን የሽንፈት ሐሳብን፡ ክፉ ምኞትንና ተስፋ መቁረጥን ብናውጠነጥን አእምሮአችን ለሰይጣን ጥቃት ይጋለጣል፡፡

ክርስቲያን ብሩህ ተስፋ አለው፣ የዚህ ተስፋ መሠረቱ አጉል ምኞት ወይም ከንቱ ፈጠራ ሳይሆን ጽኑ እውነት ነው፡፡ ተስፋ በቅዱሳት መጻሕፍት ላይ መመሥረት አለበት፡፡ ለምሳሌ ያህል በሮሜ 8፡28 ላይ «እግዚአብሔርንም ለሚወድዱት እንደ አሳቡም

ለተጠሩት ነገር ሁሉ ለበጎ እንዲደረግ እናውቃለን›› ይላል፡፡ ታዲያ፣ አሁን ክፉ የመሰለንን ሁኔታ ሁሉ እግዚአብሔር ለበጎ የሚለውጠው ከሆነ ለተሸናፊነትና ለተስፋ መቁረጥ ምንስፍራ ይኖረዋል? ይህን የተስፋ ቃል የየግላችን ከማድረጋችን በፊት መሟላት የሚገባቸው ነገሮች ማሟላት ይኖርብናል፡፡ ለመሆኑ እግዚአብሔርን እንወዳለን? የእግዚአብሔርን ዓላማ በሕይወታችን እንዲፈጸም ፈቃደኞች ነን? ከሆንን እግዚአብሔር አሁን ወይም ለጊዜው ክፉ የመሰሉንን ሁኔታዎች በመልካም እንደሚለውጣቸው እርግጠኛ መሆን እንችላለን፡፡ እንደዚህ ከሆነ አእምሮአችን በተስፋ የተሞላ ነው ማለት ነው፡፡ ተስፋ መቁረጥ ወይም የወደፊቱን ሁኔታ አጨልሞ መመልከት ግን እምነትን ከመካድ ያላነሰ ነው፡፡

ይህ ምሳሌ አስቀድመን የተናገርነውን እውነት ያጸናዋል፡፡ የተስፋ መሠረቱ እምነት ብቻ ነው፡፡ አስቀድመን በሮሜ 8፡28 ነገሮች ሁሉ ለመልካም እንደሚደረጉልን በማያወላውል ሁኔታ ማመን ይኖርብናል፡፡ ይህ እምነታችን ደግሞ ተስፋን ያመነጭልናል፡፡ ይህን የማናምን ከሆነ ግን ተስፋችን በጽኑ መሠረት ላይ የተመሠረተ አይደለም ማለት ነው፡፡

ምንም እንኳ በውጫዊ ገጽታቸው ተመሳሳይ ወይም አንድ ዓይነት መስለው ቢታዩንም የተለያዩ የተስፋ አይነቶች አሉ፡፡ የመጀመሪያው ተስፋ በልባችን ባለ እውነተኛ እምነት ላይ የተመሠረተ ሲሆን መሠረቱ የማያወላውል ጽኑ ነው፡፡ የሚጠበቀውና ተስፋ የሚደረገው ነገር ጊዜውን ጠብቆ ይፈጸማል፡፡ የሁለተኛው ተስፋ መሠረቱ አእምሮ ነው፡፡ በእምነት ላይ የተመሠረተ ባለመሆኑም መሠረቱ ደካማና አስተማማኝነት የጎደለው ነው፡፡ አብዛኛውን ጊዜ ይህ ዓይነቱ ተስፋ የጠበቀውን ወይም ይሆንልኛል በማለት የጓጓለትን ማግኘት አይችልም፡፡ በነዚህ ሁለት የተስፋ ዓይነቶች መካከል ያለውን ልዩነት እንደሚገባ ካልተረዳን በስተቀር ሕይወታችን ዘወትር የተስፋ መቁረጥና የጥርጥር ጥላ የሚያጠላበት ይሆናል፡፡

እምነት አሁን ነው

በእምነትና በተስፋ መካከል ያለው ሁለተኛው ልዩነት ደግሞ እምነት በአሁን ላይ የተመሠረተ ሲሆን ተስፋ ግን በወደፊት ወይም በትንቢታዊ ሁኔታዎች ላይ የተመሠረተ በመሆኑ ነው፡፡ እምነት አሁን የሚሠራ ነው፣ ተስፋ ግን ወደፊት የሚሆኑ ነገሮችን ይጠብቃል፡፡ በአገልግሎት ባሳለፍኩዋቸው አያሌ ዓመታት ውስጥ ወደ እኔ እየመጡ ‹‹ታላቅ እምነት አለኝ፣ ጸልይልኝ›› የሚሉ ብዙ ሰዎች ገጥመውኛል፡፡ በተለይም ደግሞ አንድ ሰው ‹‹በዓለም ውስጥ ሊኖር የሚችለው እምነት በሙሉ አለኝ›› በማለት ሲናገሩ ስሰማ ያመኑበትን ነገር ሊያገኙ እንደማይችሉ ከረጅም ጊዜ ልምዴ ስለተረዳሁ በጣም አዝንላቸዋለሁ፡፡ እነዚህም ሰዎች ቅንነት ሊኖራቸው ይችላል፣ ቢሆንም በእምነትና በተስፋ መካከል ያለውን ልዩነት ጠንቅቀው ባለመገንዘባቸው የጠበቁትን ወይም የፈለጉትን ሊያገኙ አይችሉም፡፡

በእምነትና በተስፋ መካከል ያለውን ልዩነት በቀላሉ ማሳየት ይቻላል፡፡ አስቀድሜ እንዳልኩት ሁሉ እምነት በልብ ሲሆን ተስፋ ደግሞ በአእምሮ ነው፡፡ በአእምሮአችን ውስጥ አለ፣ ይህ ተስፋ ሲሆን እኛ ግን በማሳሳት ‹‹እምነት›› ብለን እንጠራዋለን፡፡ ስለዚህም የእምነትን እውነተኛ መሠረት ባለመረዳታችን የጠበቅነውን ወይም የፈለግነውን ማግኘት አንችልም፡፡

አንዳንድ ጊዜ ትልቅ እምነት እንዳለኝ ይሰማኛል፣ ይሁን እንጂ ምንም ሲደረግ አላይም፡፡ በሌላ ጊዜ ደግሞ እምነቴ ሁሉ የተሟጠጠ መስሎ ይሰማኛል፡፡ ይሁን እንጂ እግዚአብሔር ድንቅ ነገሮችን ሲያደርግ ተመልክቼዋለሁ፡፡ አንዳንድ ጊዜ እምነቴ አእምሮአዊ ብቻ ይሆንብኛል፡፡ አእምሮአዊ እምነት ከልብ ለሚመነጨው እውነተኛ ምትክ ሊሆን አይችልም፡፡ በሌላ በኩል ደግሞ ተግባራዊ እምነት ባላሰብኩት ሁኔታ ከልቤ ይመነጫል፡፡ ውጤቱም እጅግ ይገርመኛል፡፡

ብዙ ሰዎች ‹‹እግዚአብሔር እንደሚፈውሰኝ እምነት አለኝ›› ሲሉ ነገ እግዚአብሔር እንደሚፈውሰኝ ተስፋ አለኝ›› ማለታቸው ነው፡፡ ይህ እምነት አይደለም፡፡ እምነት አሁን እንጂ ነገ የሚባል

ነገር አያውቅም፡፡ ‹‹ነገ›› እያልን የምንጠብቀው ነገር ካለን ያ ተስፋ እንጂ እምነት አይደለም፡፡

ከብዙ አመታት በፊት በካምብሪጅ ዩኒቨርሲቲ እማር በነበረበት ወቅት የግሪክ ጥንታዊ ቅርሳ ቅርስ ትምህርቴን በስፋት እንዳጠና ዩኒቨርስቲው ወደ አቴንስ እንድሄድ ዕድል ሰጥቶኝ ነበር፡፡ በጣም ስሜቴን የማረከው ባህላዊ ቅርሳ ቅርሱ ሳይሆን በዘመናዊት ግሪክ የሚኖረው ሕዝብ ነበር፡፡ እኔና አብሮኝ የነበረው ጓደኛዬ ወደ ከተማ በወጣን ቁጥር ሊስትሮዎቹ የግድ ጫማችሁን ካልጠረግን በማለት ያስቸግሩን ነበር፡፡ ወደ ሜዲትራኒያን አገሮች ሄዳችሁ የማታውቁ ይህ አነጋገሬ ሳያስገርማችሁ እንደማይቀር ይሰማኛል፡፡ ‹‹የለም አላስጠርግም›› ብትሏቸው እንኳ ሊስትሮዎቹ ፈቃዳቸው ካልሞላላቸው በቀር ፍንክች አይሉም፡፡ ለሁለትና ለሶስት ቀኖች ያህል ጫማችንን ለመጥረግ ለሚሻሙት ሊስትሮዎች እጃችንን በንዴት መልክ እያወራጨን ‹‹ኦቺ›› አልናቸው ኦቺ ማለት በግሪክኛ ‹‹አልፈልግም›› ወይም ‹‹እምቢ››ማለት ነው፡፡ ሊስትሮዎቹ ግን ንቅንቅ ባለማለታቸው ሳንወድ በግድ ጫማችንን አስጠረግናቸው፡፡

ከአራት ቀን በኋላ ግን ጓደኛዬ የተለየ ዘዴ ፈጠረ፡፡ በሚቀጥለው ቀን ወደ ከተማ በወጣንበት ወቅት እንደተለመደው ጫማችንን ለመጥረግ እየተሯሯጡ መጡ፡፡ በዚህ ጊዜ ጓደኛዬ ኮስተር በማለት ‹‹አፕሪዮ›› አላቸው፡፡ ሊስትሮዎቹም ካመነቱ በኋላ ጥለውን ሄዱ፡፡ ‹‹አፕሪዮ›› ማለት ነገ ማለት ነው፡፡

ይህ ከሆነ ጥቂት አመታት በኋላ ጌታን ተቀበልኩና ክርስቲያን ሆንኩ፡፡ ሰይጣን ክርስቲያኖችን ከሚያታልልበት መንገድ አንዱ በመሆኑ ያ አጋጣሚ ትልቅ ትምህርት ሰጥቶኛል፡፡ ስለ ፈውስ ወይም ጌታን ያልተቀበለ ወዳጃችን ጌታን እንዲቀበል ብንጸልይ ሰይጣን ‹‹አትፈወስም›› ወይም ደግሞ ‹‹የምትጸልይለት ወዳጅህ ጌታን ሊቀበል አይችልም በማለት ተስፋ ሊያስቆርጠን አይሞክርም፡፡

ሰይጣን ሰዎችን የሚያዘናጋው ‹‹የጸለይክለትን ሁሉ ታገኛለህ ግን የጸሎትህን መልስ የምታገኘው ዛሬ ሳይሆን ነገ ነው››

በሚል ምክንያት ነው፡፡ ስለዚህ የጸለይንበትን ጉዳይ አሁን ለማግኘት እምነታችን ይደክማል፡፡ ነገን በናፍቆት የሚጠባበቅ ተስፋ እንጂ እምነት አይደለም፡፡ እግዚአብሔር ግን እስከ ነገ ድረስ እንድንቆይ አያደርግም፡፡ ይህንንም ለማረጋገጥ ‹‹የተወደደ ሰዓት አሁን ነው፣ እነሆ የማዳን ቀን አሁን ነው›› ብሎአል፡፡ (2ኛ ቆሮንቶስ 6፡2) እግዚአብሔር የሚኖረው በዘላለማዊ አሁን ነው፡፡ ስለሆነም በእምነት ወደ እርሱ ለሚቀርቡት የሚገኝላቸው አሁን ነው፡፡

በዚህ ሁኔታ ብንቀርበው የጸሎት ሁኔታችን ሁሉ ይለወጣል፡፡ በማርቆስ ወንጌል 11፡24 ላይ ኢየሱስ ‹‹ስለዚህ እላችኋለሁ፣ የጸለያችሁትን የለመናችሁትንም ሁሉ እንዳገኛችሁ እመኑ፣ ይሆንላችሁማል›› በማለት ተናግሮአል፡፡ ከዚህ ቃል እንደምንመለከተው የጸለይነውን የምናገኘው መቼ ነው? ወደፊት? በፍጹም! የጸለይንበት ጉዳይ እግዚአብሔር በፈቀደው ጊዜ እጃችን ይገባል፡፡ የምንቀበለው አሁን ነው፣ እጃችን የሚገባው ግን ወደፊት ነው፡፡ ይሁን እንጂ አሁን እምነት ከሌለን የጸለይንበትን ነገር እንደምናገኝ ተስፋ ሊኖረን አይችልም፡፡

ስለዚህ ጉዳይ የዕብራውያን መልእክት ጸሐፊ ሲያስረዳ ‹‹... እኛስ ያመንን ወደ ዕረፍቱ እንገባለን›› ይላል፡፡ ወደ እግዚአብሔር ዕረፍት የምንገባው አስቀድመን ስናምን ብቻ ነው፡፡ እምነታችን ፍጹም በመሆኑም ፍርሀት ወይም ሥጋት አይኖርብንም፡፡ አሁን በእምነት የተቀበልነው እግዚአብሔር በፈቀደው ጊዜ እጃችን ይገባል፡፡ መቀበል የእኛ ድርሻ ሲሆን በእምነት የተቀበልነውን ደግሞ ተግባራዊ በሆነ ሁኔታ እንዲከሰት ማድረግ የእግዚአብሔር ድርሻ ነው፡፡

ማጠቃለያ

እምነትና ተስፋ በጣም የተቀራረቡ ነገሮች ቢሆኑም መሠረታዊ ልዩነት አላቸው፡፡ በመጀመሪያ፣ እምነት የሚመነጨው ግን ከአእምሮ ነው፡፡ እምነት የሚሠራው አሁን ሲሆን ተስፋ ግን ወደፊት ስለሚደረጉ ነገሮች በጉጉት ይጠብቃል፡፡

በእውነተኛ ከልብ በመነጨ እምነት ላይ የተመሠረተ ተስፋ ምንጊዜም ቢሆን ውጤት አለው፡፡ ከልብ የመነጨ እውነተኛ እምነት ከሌለን ግን በተስፋ የጠበቅነውን እንደምናገኝ እርግጠኛ መሆን አንችልም፡፡

ተስፋ እግዚአብሔር አእምሮአችንን የሚከላከልበት ሁኔታ ነው፡፡ ይሁን እንጂ እግዚአብሔር ለእምነት የገባውን ቃል ኪዳን ተስፋ መቀበል አይችልም፡፡ በጸሎት ለለመንነው ሁሉ መልስ የምናገኘው የጸለይንበትን እንደተቀበልን ስናምን ነው፡፡ ይህንን የምናደርግ ከሆነ ከፍርሀትና ከሥጋት ነጻ ወጥተን ውስጣዊ ዕረፍት ይኖረናል፡፡

17

ምዕራፍ ሦስት
እምነት እንደ ስጦታ

ከአዲስ ኪዳን እንደምንረዳው እምነት የተለያዩ ገጽታዎች አሉት፡፡ ይሁን እንጂ ምንጊዜም ቢሆን መሠረታዊ ባህርዩ ‹‹ተስፋ ስለምናደርገው ነገር የሚያስረግጥ የማናየውንም ነገር የሚያስረዳ›› በማለት በዕብራውያን 11፡1 በተሰጠው ገለጻ ይጠቃለላል፡፡ ይህ ባህርዩም በተለያዩ ገጽታዎች ይንጸባረቃል፡፡ እነዚህ ገጽታዎች የተለያዩ ይሁኑ እንጂ በጣም የተቀራረቡና የተያያዙ ናቸው፡፡

እምነት ራሱን የሚገልጽበት ሶስት ዋና ዋና ገጽታዎች

1. የምንኖርበት እምነት
2. እምነት እንደ ስጦታ
3. እምነት እንደፍሬ የሚባሉት ናቸው፡፡

የመጀመሪያው ግላዊና አንድን ሰው ከእግዚአብሔር ጋር የሚያዛምደው የእምነት ገጽታ ነው፡፡ ከእግዚአብሔር ጋር ያለን መቀራረብ መጠን በተለያየ የሕይወት ገጽታችን ይከሰታል፡፡ ለምንሠራው፣ ለምናስበውና ለሕይወታችን ምሪት የምናገኘው ከዚህ እምነት ነው የቅድስና ወይም የጽድቅ ሕይወታችን መሠረቱም ይኸው ነው፡፡ የምንኖርበት እምነት የተባለውም በዚህ ምክንያት ነው፡፡ ከምዕራፍ 5 ጀምረን ስለዚህ አይነቱ እምነት በስፋት እንመለከታለን፡፡ ይሁን እንጂ እምነት እንደ ስጦታ ስንል ምን ማለታችን እንደሆነ በዚህ ምዕራፍ ማስረዳት ይኖርብኛል፡፡ በሚቀጥለው ምዕራፍ ደግሞ እምነት እንደፍሬ ስል ምን ማለቴ እንደሆነ አስረዳለሁ፡፡

የመንፈሳዊ ስጦታዎች ባሕርይ

በ1ኛ ቆሮንቶስ ምዕራፍ 12 ጳውሎስ ስለመንፈሳዊ ስጦታዎች ይዘረዝራል፡፡ ምዕራፉን የሚጀምረውም ‹‹ስለመንፈሳዊ ነገርም ወንድሞቼ ሆይ ታውቁ ዘንድ እወዳለሁ›› በማለት ሲሆን ከቁጥር 7-11 ደግሞ ዘጠኝ መንፈሳዊ ስጦታዎችን ይዘረዝራል፡-

7. ነገር ግን መንፈስ ቅዱስን መግለጥ ለእያንዳንዱ ለጥቅም ይሰጠዋል፡፡

8. ለአንዱ ጥበብን መናገር በመንፈስ ይሰጠዋልና፣ ለአንዱም በዚያው መንፈስ እውቀትን መናገር ይሰጠዋል፡፡

9. ለአንዱም በዚያው መንፈስ እምነት ለአንዱም በዚያው መንፈስ የመፈወስ ስጦታ

10 ለአንዱም ተአምራትን ማድረግ ለአንዱም ትንቢት መናገር፣ ለአንዱም መናፍስትን መለየት፣ ለአንዱም በልዩ ዓይነት ልሳን መናገር፣ ለአንዱም በልሳኖች የተነገረውን መተርጎም ይሰጠዋል፡፡

11. ይህን ሁሉ ግን ያ አንዱ መንፈስ እንደሚፈቅድ ለእያንዳንዱ ለብቻው እያካፈለ ያደርጋል፡፡

ስለእነዚህ ስጦታዎች ባሕርይ የተጠቃለለ ሐሳብ ሊሰጠን የሚችል ቃል ‹‹መግለጥ›› የሚለው ቃል ነው፡፡ በምዕመኑ ውስጥ የሚኖረው መንፈስ ቅዱስ የሚታይ አይደለም፣ ይሁን እንጂ በምዕመኑ አማካይነት ራሱን ወይም ተግባሩን ለሌሎች ይገልጻል፡፡ ስለዚህም ለሰዎች ስሜት በሚታወቅ፣ በሚታይና በሚሰማ ሁኔታ ማንነቱን ይገልጻል ማለት ነው፡፡

እነዚህ ስጦታዎች የሚገልጹት የሰውየውን ባህርይ ሳይሆን በሰው ውስጥ አድሮ የሚሠራውን የመንፈስ ቅዱስ ባሕርይ ነው፡፡ የስጦታዎቹ መሠረታዊ ባሕርይ መለኮታዊ ነው፡፡ በማንኛውም ሁኔታ ስጦታዎቹ የሚያስገኙት ውጤት ከሰው አእምሮ በላይ በመሆኑ ማንም በጥረቱ ሊያገኘው ወይም ሊመረምረው አይችልም፡፡ ስጦታዎቹ በሰው ሕይወት መከሰት ወይም መታየት የሚችሉት በመንፈስ ቅዱስ አማካይነት ብቻ ነው፡፡ በእነዚህ ስጦታዎች አማካይነት የማይታየውና ረቂቅ የሆነው መንፈስ በጊዜና በስፍራ ለሚወሰነው ቁሳዊ ዓለም ባሕርዩን ይገልጻል፡፡

ጳውሎስ ስለእነዚህ ስጦታዎች በጣም አስፈላጊ የሆኑ ነጥቦችን ሰጥቶአል፡፡ በመጀመሪያ ደረጃ፣ እንደ አስፈላጊነቱና እንደ ዘላለማዊ አላማው መጠን ስጦታዎቹን ለአገልግሎት እንዲውሉ ለምእመናን የሚያድለው መንፈስ ቅዱስ ራሱ ነው፡፡ የሰው

ፈቃደኛነት ወይም ጥረት መንፈሳዊ ስጦታዎችን በመቀበል ረገድ ምንም ድርሻ የለውም። በሁለተኛ ደረጃ ስጦታዎች የሚሰጡት የጋራ ለሆነ ጥቅም ወይም አገልግሎት ነው። ቦብ ሞምፎርድ እንዳለው ስጦታዎቹ መሣሪያ እንጂ አሻንጉሊት አይደሉም።

እነዚህ ዘጠኝ ስጦታዎች በሶስት ዋና ዋና ምድብ ይመደባሉ፡-

ሶስቱ በምእመኑ ቃል ወይም አንደበት የሚገለጹ ሲሆኑ እነርሱም፡- ትንቢት፣ ልሳንና በልሳኖች የተነገረውን መተርጎም ናቸው። ሶስቱ የመገለጽ ስጦታዎች ሲሆኑ በዚህ ምድብ የሚታቀፉ- ጥበብን መናገር፣ ዕውቀትን መናገርና መናፍስትን የመለየት ስጦታ ናቸው። ዓላማቸውም መንፈሳዊ ሚስጥራትንና ሥውር የሆኑ ነገሮችን ለምእመናን መግለጥ ነው።

ሶስቱ ደግሞ የኃይል ስጦታዎች ናቸው። የእግዚአብሔር መለኮታዊ ኃይል ለቁሳዊው ዓለም የሚገለጸውም በእነዚህ ስጦታዎች ሲሆን ስጦታዎቹም - እምነት፣ የፈውስና ተአምራትን የማድረግ ስጦታዎች ናቸው።

‹‹የእግዚአብሔር እምነት ይኑራችሁ››

የኃይል ስጦታዎች ተብለው ከተጠቀሱት ውስጥ የመጀመሪያ የሆነው የእምነት ስጦታ ነው። በምዕመኑ ሕይወት የሚሠራ የመንፈስ ቅዱስ መለኮታዊ ሥራ በመሆኑም ከሌሎች የእምነት ገጽታዎች ሙሉ በሙሉ የተለየ ነው። በማቴዎስ ምዕራፍ 21 እና ማርቆስ 11 ላይ ወደ ኢየሩሳሌም ይጓዝ በነበረበት ወቅት ኢየሱስ አንዲት የበለስ ዛፍ እንዳገኘ ተጠቅሷል። ኢየሱስ እርቦት ስለ ነበር ምናልባት ፍሬ አገኝባት እንደሆነ በማለት ወደ በለሲቱ ሄደ። በለሲቱ ግን ቅጠል ብቻ እንጂ ምንም ፍሬ ስላልነበራት ‹‹ከአሁን ጀምሮ ለዘላለም ማንም ከአንቺ ፍሬ አይብላ አላት›› (ማርቆስ 11፡24) በማግስቱ በዚያ በኩል ሲያልፉ ደቀ መዛሙርቱ በለሲቱ መድረቋን ተመለከቱ። በዚህ ጊዜ ጴጥሮስ ‹‹መምህር ሆይ፡- እነሆ የረገምካት በለስ ደርቃለች አለው›› (ማርቆስ 11፡21)

ጴጥሮስ ለተናገረውም ቃል ኢየሱስ ሲመልስ ‹‹በእግዚአብሔር እመኑ›› አለው፡፡ ይህ የተለመደ የአማርኛ ወይም የእንግሊዝኛው አተረጓጎም ቢሆንም ዋናውና ቃል በቃል ትርጉሙ ግን ‹‹የእግዚአብሔር እምነት ይኑራችሁ›› የሚል ነው፡፡ ይህ እምነት ስጦታ መሆኑን የሚያመለክት ነው፡፡ የእምነት መሠረቱ ወይም ምንጩ ከእግዚአብሔር እንጂ ከሰው አይደለም፡፡ የእግዚአብሔር ዘላለማዊ ባሕርይ ገጽታ ነው፡፡ (በዚህ መጽሐፍ የመጨረሻ ምእራፍ ስለዚህ ጉዳይ በስፋት እንመለከታለን) በእምነት ስጦታ አማካይነት መንፈስ ቅዱስ በምእመኑ ሕይወት መለኮታዊ በሆነ ሁኔታ የእግዚአብሔር እምነት እንዲገለጽ ያደርጋል፡፡ የዚህ ዓይነቱ እምነት ከሰው አእምሮ በላይ ነው፡፡ ሰማይ ከምድር ከፍ የሚለውን ያህል በሰው አእምሮ አይታሰብም፡፡

‹‹የእግዚአብሔር እምነት ይኑራችሁ›› በማለት እርሱ የተጠቀመበትን እምነት ከእግዚአብሔር እንዲቀበሉ ደቀ መዛሙርቱን አደፋፈራቸው፡፡ በዚህ አይነት እምነት አማካይነት እርሱ በበለሲቱ ላይ ያረገውን ብቻ ሳይሆን ተራራን እንኳ ለማንቀሳቀስ እንደሚችሉ ነገራቸው፡፡›› እውነት እላችኋለሁ፡- እምነት ቢኖራችሁ ባትጠራጠሩም በበለሲቱ እንደሆነባት ብቻ አታደርጉም፣ ነገር ግን ይህን ተራራ እንኳ ተነቅለህ ወደ ባሕር ተወርወር ብትሉት ይሆናል አላቸው፡፡ (ማዎስ 21፡21)

በማርቆስ 11፡23 ላይ ኢየሱስ የተናገረው ለደቀ መዛሙርቱ ብቻ ሳይሆን ለአማኞች ሁሉ ነው፡፡ ‹‹ማንም›› የሚለው ቃል ይህንኑ ያመለክታል፡፡ ‹‹ማንም ያለው ነገር እንዲደረግለት ቢያምን በልቡ ሳይጠራጠር ይህን ተራራ ተነቅለህ ወደ ባሕር ተወርወር ቢል ይሆንለታል፡፡›› አለ እንጂ በተወሰኑ ወገኖች ብቻ የሚወሰን አይደለም፡፡ ስለዚህ የተጠቀመበት ቃል ሁሉን አቀፍ ነው፡፡

ከሉቃስ 8፡22-25 እንደምንመለከተው ደግሞ ኢየሱስና ደቀመዛሙርቱ በገሊላ ባሕር በጀልባ በመጓዝ ላይ እንደነበሩ ያልታሰበ ማዕበል ተነሳ፡፡ በሁኔታው እጅግ ፈርተው የነበሩት ደቀ መዛሙርት ‹‹አቤቱ፥ አቤቱ፥ ጠፋን እያሉ›› በጊዜው ተኝቶ የነበረውን

ኢየሱስን ቀሰቀሱት፡፡ እርሱም ነቅቶ ነፋሱንና የውኃውን ማዕበል ገሰጸው፣ ጸጥታም ሆነ፡፡

ማንኛችንም እንደምንረዳው ይህ ኢየሱስ የተጠቀመበት እምነት ከሰብዓዊ አእምሮ ግምት በላይ ነው፡፡ እንደሚታወቀው ነፋስም ሆነ ማዕበል ከሰው ቁጥጥር ሥር አይደለም፡፡ አስፈላጊ በነበረበት ወቅት ኢየሱስ ልዩ የሆነ እምነትን ማለትም የእግዚአሔርን እምነት ተቀበለ፡፡ በዚያ እምነት መሠረት በተናገረውም ቃል እግዚአብሔር ብቻ ሊያደርግ የሚችለውን ነገር አደረገ፡፡ ማዕበሉም ጸጥ አለ፡፡

ችግሩ ከተረጋጋ በኋላ ኢየሱስ ወደ ደቀ መዛሙርቱ መለስ አለና - ‹‹እምነታችሁ የት ነው?›› አላቸው፡፡ በሌላ አነጋገር ‹‹እኔ ያረግሁትን ማድረግ ያልቻላችሁት ለምንድነው?›› ማለቱ ነበር፡፡ በትክክለኛ እምነት ተጠቅመው ቢሆን ኖሮ እርሱ ያረገውን እነርሱም ለማድረግ ይቻላቸው እንደነበር አመለከታቸው፡፡ በማዕበሉና በወጀቡ ብርታት እጅግ ፈርተው ስለ ነበር እምነት ሊኖራቸው አልቻለም፡፡ ኢየሱስ ግን ማዕበሉን ጸጥ የሚያደርግበት እምነት ከእግዚአብሔር ተቀበለ፡፡

አስፈላጊው ጥራት እንጂ ብዛት አይደለም

በሌላ ጊዜ ደግሞ ኢየሱስ የሚጥል በሽታ የነበረበት ልጅ እንዳገኘ እናነባለን፡፡ ልጁን እንዲፈውስለት አባትየው ኢየሱስን ለመነው፡፡ በተናገረው የሥልጣን ቃል ጋኔኑ ከልጁ ወጣ፡፡ ለምን ጋኔኑን ለማውጣት እንዳልቻሉ ደቀ መዛሙርቱ ለኢየሱስ ላቀረቡት ጥያቄ ‹‹በእምነታችሁ ማነስ ነው›› ካለ በኋላ - ‹‹እውነት እላችኋለሁ የሰናፍጭ ቅንጣት የሚያህል እምነት ቢኖራችሁ ይህን ተራራ ከዚህ ወደዚያ እለፍ ብትሉት ያልፋል፣ የሚሳናችሁም ነገር የለም፡፡›› አላቸው፡፡ (ማቴዎስ 17፡20)

እዚህ ላይ ኢየሱስ ለብዛት መለኪያ እንዲሆን ያቀረበው የሰናፍጭ ቅንጣት ነው፡፡ በማቴዎስ 13፡32 ላይ የሰናፍጭ ቅንጣት ‹‹ከዘር ሁሉ›› የምታንስ እንደሆነች ተናግሯል፡፡ በሌላ አነጋገር ኢየሱስ ዋናው ነገር የእምነት ዓይነት እንጂ ብዛት አይደለም ማለቱ

ነበር፡፡ ተራራን ለማፍለስ የሰናፍጭ ቅንጣት የምታህል የዚህ ዓይነት እምነት በቂ ናት፡፡

የምድር አገልግሎት ሊፈጸም ጥቂት ብቻ ቀርቶት በነበረበት ወቅት በአልአዛር መቃብር ፊት ለፊት ቆሞ ኢየሱስ ከእንደዚህ አይነቱ እምነት የሚወጣ ቃል ሊሠራ የሚችለውን ታላቅ ኃይል አረጋግጧል፡፡ በታላቅ ቃል - ‹‹አልዓዛር ሆይ፣ ወደ ውጭ ና›› ብሎ ጮኸ፡፡ ሞቶና ተቀብሮ የነበረውም አልዓዛር ኢየሱስ በእምነት ከተናገረው ቃል የተነሳ ሕይወት አገኘ፡፡

ራሱ ይህ ያለንበት ግዙፍ ዓለም የተፈጠረውም በቃል ነው፡፡ በእግዚአብሔር ቃል ሰማዮች ጸኑ ... እርሱ ተናግሯል ሆኑም፣ እርሱም አዘዘ ጸኑም፡፡ (መዝሙር 36፡6-9) በመጀመሪያ እግዚአብሔር ተናገረ ቃሉም በመንፈሱ አማካይነት ኃይል አገኘና ይህም ዓለም ለመፈጠር በቃ፡፡

የእምነት ስጦታ መሥራት ሲጀምር ለጊዜውም እንኳ ቢሆን ግለሰቡ የእግዚአብሔር እምነት የሚተላለፍበት አሸንዳ ይሆናል፡፡ ዋናው ነገር ሰውየው ሳይሆን በእርሱ ውስጥ የሚተላለፈው እምነት ነው፡፡ በሰውየው ውስጥ የሚተላለፈው በእርግጥ የእግዚአብሔር እምነት ከሆነ ልክ ከእግዚአብሔር አፍ የሚወጣውን ቃል ያህል ታለቅ ኃይል ይኖረዋል፡፡ አስፈላጊው እምነቱ እንጂ ሰውየው አይደለም፡፡

እስካሁን ከተመለከትናቸው ምሳሌዎች ይህ ከሰው አእምሮ በላይ የሆነው እምነት የሚገለጸው በቃል መሆኑን ተረድተናል፡፡ ኢየሱስ የበለሱ ዛፍ እንዲደርቅ ያረገው በቃል ብቻ ነበር፡፡ በቃል አማካይነት ማእበሉ ጸጥ እንዲል አደረገ፣ በቃል አማካይነት ጋኔኑን ከሕፃኑ እንዲወጣ አዘዘ፣ አልዓዛር ከመቃብር እንዲወጣ ያረገውም በቃል ነበር፡፡ በማርቆስ 11፡23 የዚህ ዓይነት እምነት ያለው ሰው እነዚህን የመሳሰሉ ድንቅ ነገሮች ለማድረግ እንደሚችል ተናግሯል፡፡

አንዳንድ ጊዜ ደግሞ በጸሎት ጊዜ የምንናገረው ቃል ለእምነት ስጦታ መተላለፊያ አሸንዳ ይሆናል፡፡ በያዕቆብ 5 ፡15 ‹‹የእምነትም ጸሎት ድውዩን ያድናል›› የሚል ቃል ተነግሮአል፡፡ ልክ በዚህ ክፍል በተገለጸው መሠረት የእምነት ጸሎት ድውያንን ለመፈወስ መቻሉ የሚያጠራጥር ጉዳይ አይደለም፡፡ ሕመምም ሆነ ሌላ ከእግዚአብሔር ፈቃድ ውጭ የሆነ ነገር የእምነት ጸሎት ማድረግ የሚችለውን ታላቅ ሥራ ሊቃወም አይችልም፡፡

‹‹ለእምነት ጸሎት›› ምሳሌ እንዲሆን ያዕቆብ ኤልያስን አቅርቦታል፡፡ ኤልያስ በጸሎቱ ለሶስት ዓመት ተኩል ያህል ዝናብ እንዳይዘንብ ከማድረጉም በላይ ከሶስት ዓመት ተኩል በኋላ ዝናብ እንዲዘንብ አድርጎአል፡፡ (ያዕቆብ 5፡17-18) በሌላ ወገን ዝናብ እንዲዘንብም ሆነ እንዳይዘንብ ማድረግ የእግዚአብሔር መብት ብቻ እንደሆነ ቅዱሳት መጻሕፍት ይገልጻሉ፡፡ (ለምሳሌ ያህል ዘዳግም 11፡13-17 ኤርሚያስ 5፡24 14፡22 ተመልከት) ይሁን እንጂ በእግዚአብሔር ምትክ ሆኖ ኤልያስ እግዚአብሔር ብቻ ሊያደርግ የሚችለውን እንዳደረገ ተመልክተናል፡፡ ኤልያስ እንደማንኛችንም ዓይነት ሰው እንደነበር ያዕቆብ ይናገራል፡፡ በእግዚአብሔር እምነት በመጸለዩ ግን ከአንደበቱ የወጣው ቃል እንደ እግዚአብሔር ቃል እንደሠራ እንመለከታለን፡፡

ይሁን እንጂ የዚህ ዓይነቱ እምነት የሚሠራው ከአንደበት በሚወጣ ቃል ብቻ እንዳልሆነ መታወቅ አለበት፡፡ ኢየሱስ በገሊላ ባሕር ላይ መራመድ የቻለው በእንደዚህ ዓይነቱ ከአእምሮ በላይ በሆነ እምነት አማካይነት ነበር፡፡ (ማቴዎስ 14፡25-33 ተመልከት፡፡) ከዚህ ሁኔታ እንደምንመለከተው ዝም ብሎ ተራመደ እንጂ የእምነት ቃል መናገር አላስፈለገውም፡፡ ጴጥሮስም የኢየሱስን ምሳሌነት ተከትሎ በባሕር ላይ ለመራመድ ሞከረ፡፡ ይሁን እንጂ አይኖቹን ከኢየሱስ ላይ አንስቶ ማዕበሉን በተመለከተ ጊዜ በጣም ፈራ፣ በዚህም ምክንያት እምነቱ ተዳከመና ሊሰጥም ተቃረበ፡፡ ስለዚህም ኢየሱስ- ‹‹አንተ እምነት የጎደለህ ስለምን ፈራህ?›› በማለት ገሰጸው፡፡ ማቴ. 14፡31 እንደ እውነቱ ከሆነ ኢየሱስ ጴጥሮስን የገሰጸው በባሕር ላይ ለመሄድ በመፈለጉ ሳይሆን እምነተ-ቢስ በመሆኑ ነበር፡፡ ዶን ባሻም የተባለ የመጽሐፍ ቅዱስ መምሕር

በመለኮታዊ እምነት አማካይነት አስደናቂና ታላላቅ ነገሮችን እንድናደርግ የሚገፋፋን አምላካዊ ግፊት በእያንዳንዳችን ልብ ውስጥ መኖሩን ተናግሯል፡፡ ይህንንም አምላካዊ ግፊት በልቦናችን ያኖረው እርሱ ራሱ ስለሆነ እግዚአብሔር ተግባራዊ የምናደግበትን ኃይል ይሰጠናል፡፡ እግዚአብሔር የሚያዝነው እንዲህ አይነቱ እምነት ስላለን ሳይሆን በተሰጠን እምነት ለመጽናት ባለመቻላችን ነው፡፡ እንደ እግዚአብሔር ፈቃድ ይህ ዓይነቱ መለኮታዊ እምነት የሚሰጠን በጣም አስፈላጊ ለሆነ ሁኔታና በጣም አስፈላጊ ለሆነ ጊዜ ብቻ ነው፡፡ እንዲህ ዓይነቱ እምነት ሙሉ በሙሉ በእግዚአብሔር ቁጥጥር ሥር መሆን አለበት፡፡ ፈቃዱ ሲሆን ይሰጠናል፣ ፈቃዱ ካልሆነ ደግሞ አይሰጠንም፡፡ ይህ አይነቱ እምነት ከሌሎች መለኮታዊ ስጦታዎች ምድብ ውስጥ ነው፡፡ ጳውሎስ ስለ እነዚህ ስጦታዎች ሲናገር «ይህን ሁሉ ግን ያ አንዱ መንፈስ እንደሚፈቅድ ለእያንዳንዱ ለብቻው እያካፈለ ያደርጋል» ይላል፡፡ (1 ቆሮንቶስ 12፡11) እዚህ ላይ ቁልፍ የሆነው ቃል «እንደሚፈቅድ» የሚለው እንደሆነ ማስተዋል አለብን፡፡ እነዚህን ስጦታዎች ለማን ወይም መቼ መስጠት እንዳለበት የሚወሰን እግዚአብሔር ራሱ ነው፡፡ ፈቃዱ ያለው በእግዚአብሔር እጅ እንጂ በሰው አይደለም፡፡

የዚህ አባባል እውነተኛነት በራሱ በኢየሱስ አገልግሎት እንኳ ታይቶአል፡፡ ማንኛውንም የበለስ ዛፍ አልረገመም፣ በየጊዜው የሚነሳውን ማዕበል ሁሉ ጸጥ አላደረገም፣ በዘመኑ የሞቱትን ሁሉ አላስነሳም፣ ሁልጊዜ በባሕር ላይ አልተራመደም፡፡ ማንኛውንም ነገር የሚያደርገው በአባቱ ፈቃድ መሠረት ነበር፡፡ ስለዚህም ጉዳይ እርሱ ራሱ በዮሐንስ 5፡19 ሲናገር - «እውነት እውነት እላችኋለሁ፣ አብ ሲያደርግ ያየውን ነው እንጂ፣ ወልድ ከራሱ ሊያደርግ ምንም አይችልም፣ አብ የሚያደርገውን ሁሉ ወልድ ደግሞ ይህን እንዲሁ ያደርጋልና» ብሏል፡፡ አንደገና ደግሞ በዮሐንስ 14፡10 «እኔ የምነግራችሁን ቃል ከራሴ አልናገረውም፣ ነገር ግን በእኔ የሚኖረው አብ እርሱ ሥራውን ይሠራል» አለ፡፡ ምን ጊዜም ቢሆን እርሱ የሚናገረውም ሆነ የሚያደርገው በእግዚአብሔር ፈቃድ መሠረት ነበር፡፡

የኢየሱስን ምሳሌነት በመከተል እኛም ከእግዚአብሔር ጋር ያለን ሕብረት በአክብሮትና የእርሱን ፈቃድ በማድረግ ላይ የተመሠረተ ሊሆን ይገባዋል፡፡ የእምነት ስጦታ እኛ የምናዝበት ጉዳይ አይደለም፡፡ የእኛን ፍላጎትና ምኞት የምናረካበት አይደለም፡፡ ይህ እምነት በሕይወታችን የሚከሰተው በዘላለማዊ እቅዱ መሠረት የእግዚአብሔር ፈቃድ ሲሆን ብቻ ነው፡፡ የእግዚአብሔርን ፈቃድ ለመጋፋት መሞከርም ማሰብም የለብንም፡፡ ብዙ ከመጨቃጨቃችን የተነሳ እግዚአብሔር ቢፈቅድልንም መልሶ ለእኛው መጥፊያ ይሆናል፡፡ በ ‹‹ሰናፍጭ ቅንጣት›› የተመሰለው የእምነት ስጦታ ከሁለቱ ስጦታዎች ማለትም ከጥበብና ከእውቀት ጋር ይመሳሰላል፡፡ የጥበብ ስጦታ ስለ አንድ ነገር ወይም ሁኔታ ቀጥተኛና ጥርት ያለ ዕውቀት የሚሰጥ ሲሆን፣ የዕውቀት ስጦታ ግን ስለ አንድ ነገር ወይም ሁኔታ መረጃን ይሰጣል፡፡ ማንኛውም ጥበብም ሆነ ዕውቀት በእግዚአብሔር እጅ ነው፣ ይሁን እንጂ ሸክም እንዳይሆንብን በማሰብ ሙሉውን ዕውቀት አይሰጠንም፡፡ ይሁን እንጂ አስፈላጊ ሆኖ ሲያገኘው ካለው የጥበብ ስጦታ ይሰጠናል፡፡ አስፈላጊው ሁኔታ ከተከናወነ በኋላ ግን እግዚአብሔር የራሱን እምነት መልሶ ይወስዳል፡፡

አገልግሎታችንን የምናስፋፋበት መሣሪያ

አስቀድመን እንደተመለከትነው የእምነት ስጦታ የሚሠራው ከሌሎች ሁለት ስጦታዎች ጋር በመተባበር ነው፡፡ እነዚህም ሁለት ስጦታዎች የፈውስና ተአምራትን የማድረግ ስጦታዎች ናቸው፡፡ እነዚህ ሁለት ስጦታዎች የሚሠሩት ወይም ተግባራዊ የሚሆኑት በእምነት አማካይነት ነው፡፡ ይህንንም የሐዋርያት ሥራ 8፡5-8 መሠረት በማድረግ ከፊሊጶስ አገልግሎት ምሳሌነት ልንመለከት እንችላለን፡፡

(5) ፊሊጶስ ወደ ሰማርያ ከተማ ወርዶ ክርስቶስን ሰበከላቸው፡፡

(6) ሕዝቡም የፊሊጶስን ቃል በሰሙ ጊዜ ያደርጋት የነበረውንም ምልክት ባዩ ጊዜ፣ የተናገረውን በአንድ ልብ አደመጡ፡፡

(7) ርኩሳን መናፍስት በታላቅ ድምጽ እየጮሁ ከብዙ ሰዎች ይወጡ ነበር፣ ብዙም ሽባዎችና አንካሶች ተፈወሱ፡፡

(8) በዚያችም ከተማ ታላቅ ደስታ ሆነ

የፊሊጶስ አገልግሎት የመጀመሪያው ገጽታ ርኩሳን መናፍስትን ማውጣት ነበር፡፡ ከማቴዎስ ወንጌል 17፡17-20 ካለውና ከሌሎችም ለመረዳት እንደምንችለውም በቃል በማዘዝና በእምነት ስጦታ አማካይነት ኢየሱስ ርኩሳን መናፍስትን አውጥቶአል፡፡ ሁለተኛው የፊሊጶስ አገልግሎት ገጽታ ደግሞ የፈውስ ስጦታና ተአምራት የማድረግ ስጦታ በአንድነት ተግባራዊ ሲሆኑ እንመለከታለን፡፡ ከዚህም የተነሳ ተአምራት ተደርጎ እንመለከታለን፡፡ ሽባዎችና አንካሶች ተፈወሱ፡፡

በሐዋርያት ሥራ 21፡8 ፊሊጶስ ‹‹ወንጌላዊ›› ተብሎ ተጠርቶአል፡፡ በአዲስ ኪዳን ውስጥ ማንኛውም ወንጌላዊ እንደ አርአያ ሊከተላቸው የሚገባ ሁለት ሰዎች ኢየሱስና ፊሊጶስ ናቸው፡፡ ሁለቱም ርኩሳን መናፍስትን አስወጥተዋል፣ ተአምራትና ፈውስ በሁለቱም አገልግሎት ታይቶአል፡፡ እንግዲህ በአዲስ ኪዳን ትምህርት መሠረት የእምነት የተአምራትና የፈውስ ስጦታዎች የወንጌላዊ አገልግሎቱን የሚያስፋፋባቸው መሣሪያዎች ናቸው ማለት ነው፡፡

ማጠቃለያ

የእምነት ስጦታ ጳውሎስ በ1ኛ ቆሮንቶስ 12፡7-11 ከጠቀሳቸው የመንፈስ ቅዱስ ስጦታዎች አንዱ ነው፡፡ በምዕመኑ ውስጥ ያለው መንፈስ ቅዱስ በመለኮታዊ ሁኔታ ሲሠራ በእነዚህ ስጦታዎች በተግባር ይታያሉ፡፡ አማኙ ለተወሰነ ጊዜም ቢሆን የእግዚአብሔርን እምነት የሚያገኘው በእምነት ስጦታ አማካይነት ነው፡፡ እንዲህ ዓይነቱ እምነት ከሰው አእምሮ በላይ ነው፡፡ ዋናው ቁም ነገር ዓይነት (ጥራት) እንጂ ብዛት (ትልቅነት) አይደለም፡፡ ‹‹የሰናፍጭ ቅንጣት›› የምታህል የዚህ ዓይነት እምነት ተራራን ታፈልሳለች፡፡

ብዙ ጊዜ የእምነት ስጦታ የሚሠራው ከአንደበት በሚወጣ ቃል አማካይነት ነው፡፡ ይህ ቃል በጸሎት ጊዜ የሚነገር ቃል ሊሆን ይችላል፡፡ በዚህ ስጦታ አማካይነት ኢየሱስ የበለስ ዛፉን አደረቀ፣ የተናወጠውን ባሕር ጸጥ አሰኘ፡፡ የሚጥል በሽታ ከነበረበት ልጅ አጋንንትን አስወጣ፣ አልዓዛርን ከሞት አስነሳ፣ በባሕር ላይ ተራመደ፡፡

እንዲህ አይነቱ እምነት ተግባራዊ የማድረግ ፍላጎትን እግዚአብሔር በሰዎች ልቦና ውስጥ አስቀምጧል፡፡ እግዚአብሔር የሚወቅሰን ስለ ፍላጎታችን ሳይሆን ፍላጎታችንን ተግባራዊ ለማድረግ ተስፋ ስንቆርጥ ብቻ ነው፡፡ ይሁን እንጂ ከኢየሱስ አገልግሎት እንደተመለከትነው ስጦታዎቹን የማድረግ ፈቃድ በእግዚአብሔር ብቻ መወሰን አለበት፡፡

የእምነት ስጦታ የፈውስና ተአምራትን የማድረግ ስጦታዎች እንዲሠሩ ያደርጋል ወይም ያግዛል፡፡ በአዲስ ኪዳን መሠረት እነዚህ ሶስት ስጦታዎች ወንጌላዊው አገልግሎቱን የሚያስፋፋባቸው ዓይነተኛ መሣሪያዎች ናቸው፡፡

ምዕራፍ አራት
እምነት እንደ ፍሬ

ባለፈው ምዕራፍ ጳውሎስ በ1ኛ ቆሮንቶስ 12፥8-10 የዘረዘራቸውን ዘጠኝ የመንፈስ ቅዱስ ስጦታዎችን ተመልክተናል፡፡ አሁን ደግሞ ሐዋርያው በገላትያ 5፥22-23 የገለጻቸውን ዘጠኝ የመንፈስ ቅዱስ ፍሬዎች እንመለከታለን፡፡ ‹‹የመንፈስ ፍሬ ግን-ፍቅር፣ ደስታ፣ ሰላም፣ ትዕግሥት፣ ቸርነት፣ በጎነት፣ እምነት፣ የወሀት፣ ራስን መግዛት ነው፡፡››

እዚህ ላይ የተጠቀሰው ሰባተኛ ፍሬ እምነት ነው፡፡ አንዳንድ የዘመኑ ትርጉሞች ይህን ቃል ‹‹ታማኝነት›› በሚል ቃል ቢተኩትም ጳውሎስ የተጠቀመበት የግሪክኛ ቃል ግን ‹‹ፒስቲስ›› (እምነት) የሚለውን ነው፡፡ አስቀድመን በምዕራፍ አንድ በተመለከትነው መሠረት አዲስ ኪዳን በዚህ ቃል ሲጠቀም ስለ እምነት መናገሩ ነው፡፡

ስለዚህ ፍሬ ከማጥናታችን በፊት ግን በአጠቃላይ በመንፈስ ቅዱስ ስጦታዎችና በመንፈስ ቅዱስ ፍሬዎች መካከል ያለውን ግንኙነት መመልከቱ የሚጠቅም ይመስለኛል፡፡ በመካከላቸው ያለው ልዩነት ምንድነው?

ስጦታዎቹና ፍሬዎቹ

ልዩነታቸውን ለመረዳት የገና ዛፍንና የብርቱካን ዛፍን ማነጻጸር አለብን፡፡ የገና ዛፍ ስጦታን የያዘ ሲሆን የብርቱካን ዛፍ ግን ፍሬን ይዞአል፡፡ ከገና ዛፍ ጋር የተያያዘውን ስጦታ ፈቃደኛ የሆነ ይወስደዋል፡፡ ዛፉ የጥድ ሲሆን ስጦታው ግን ልብስ ሊሆን ይችላል፡፡ በዛፉና በስጦታው መካከል ምንም ግንኙነት የለም፡፡ ስጦታው ስለ ዛፉ ምንነትና ባሕርይ አይገልጽም፡፡

በሌላ ወገን ደግሞ የብርቱካን ዛፍና ፍሬው በጣም የተያያዙ ናቸው፡፡ ፍሬው የዛፉን ምንነትና ባሕርይ ይገልጻል፡፡ ከብርቱካን ዛፍ ሙዝ ማግኘት አይቻልም፡፡ ጤነኛ ዛፍ ጤነኛ ፍሬ ያፈራል፡፡

(ማቴዎስ 7፡17-20) አንድ ዛፍ ፍሬ የሚሰጠው ወዲያውኑ ሳይሆን ጊዜውንና የዕድገት ሁኔታውን ጠብቆ ነው፡፡ መልካም ፍሬ ለማግኘት ከተፈለገ ለተክሉ እንክብካቤ ማድረግ ያስፈልጋል፡፡ ይህ ደግሞ ጊዜን፣ ሞያንና ጉልበትን የሚጠይቅ ጉዳይ ነው፡፡

በስጦታና በፍሬዎቹ መካከል ያለውን ልዩነት በአጭሩ ስንገልጸው ስጦታው ችሎታን የሚያሳይ ሲሆን፣ ፍሬ ደግሞ ጸባይን ወይም ባሕርይን የሚያሳይ ነው ማለት ይቻላል፡፡ የትኛው የሚበልጥ ይመስላችኋል? በዘለቄታዊ መልኩ ካየነው ጸባይ ወይም ባሕርይ ከችሎታ ይልቅ በጣም አስፈላጊ ነው፡፡ ስጦታዎቹ በተግባር የሚገለጹት ለጊዜው ብቻ ነው፡፡ ጳውሎስ በ1ኛ ቆሮንቶስ 13፡8-11 እንደሚገለጸው ስጦታዎቹ የሚያቋርጡበት ዘመን ይመጣል፡፡ ጸባይ ግን ምንጊዜም ቢሆን አስፈላጊ ነው፡፡ የዘላለም ዕድላችንን የሚወስነው በዚህ ዓለም ሳለን የሚኖረን ጸባይ ነው፡፡ አንድ ቀን ስጦታዎቻችንን ሁሉ ትተን እንሄዳለን፣ ጸባያችን ግን ለዘላለም አብሮን ይኖራል፡፡

ይሁን እንጂ አንዱን ከሌላው አስበልጠን መፈለግ የለብንም፡፡ ስጦታዎቹ ፍሬዎቹን አይጻረሩም፣ ፍሬዎቹም ስጦታዎቹን አይጻረሩም፡፡ ሁለቱም ተደጋጋፊ ናቸው፡፡ ስጦታዎቹ በመልካም ጸባይ መገለጽ አለባቸው፡፡ ይህ ምሳሌነት በራሱ በኢየሱስ ክርስቶስ ሕይወት ታይቶአል፡፡ መንፈሳዊ ስጦታዎችን ሲለማመድ ርኅራሄና ፍቅርን የተሞላ ባሕርይ ለሁሉም ይታይ ነበር፡፡ ሰዎችን የሚያገለግለውን የሰማይ አባቱንም ማንነት ለሰዎቹ የሚያሳየው በዚህ አማካይነት ነበር፡፡ (ዮሐንስ 14፡9-10 ተመልከት)

እኛም ይህን ምሳሌ መከተል አለብን፡፡ በኢየሱስ ክርስቶስ ፍቅርና ርኅራሄ በተሞላን መጠን ስጦታዎቹ በሕይወታችን ተግባራዊ እንዲሆኑ ከመቸውም የበለጠ ፍላጎት ያድርብናል፡፡ በእነዚህ መንፈሳዊ ትጥቆች በታጠቅን መጠን ደግሞ ኢየሱስ እንዳስከበረው ሁሉ እኛም እግዚአብሔር አምላካችንን እናስከብራለን፡፡

የመንፈስ ቅዱስ ፍሬዎች የክርስቲያናዊ ባሕርይ ወይም ጸባይ ነጸብራቅ ናቸው፡፡ ዘጠኙ መንፈሳዊ ፍሬዎች በሕይወታችን

ሲኖሩና ሲዳብሩ እያንዳንዱ ለተለያየ ችግር መፍትሔ ይሆናል፡፡ ይሁን እንጂ ፍሬዎቹ እርስ በርሳቸው የሚደጋገፉ መሆናቸው ግልጽ ሊሆንልን ይገባል፡፡

የእምነት ሌላው ገጽታ ምን እንደሆነ ጀሩሳሌም ባይብል የተባው ሲገልጽ 'ታማኝነት' በማለት አስቀምጦታል፡፡ ከወንጌላቱ እንደምንረዳው ወደ እግዚአብሔር መንግሥት መግባት የሚፈልግ ሁሉ ሕፃን መሆን እንዳለበት ጌታ ኢየሱስ ክርስቶስ ደጋግሞ ተናግሮአል፡፡ (ማቴዎስ 8፡1-4፣ 19፡13-14 ማርቆስ 10፡13-15 ሉቃስ 18፡16-17 ተመልከት) ሕጻንን ልዩ ከሚያደርጉት ነገሮች አንዱ ታማኝነቱ ነው፡፡ ታማኝነት እንደ አብርሃም፣ ሙሴ፣ ዳዊትና ጳውሎስ በመሳሰሉ ታላላቅ የእግዚአብሔር ሰዎች የታዩ ባሕርያት ናቸው፡፡ እንግዲህ ታማኝነት ምን ያህል በሳል የእግዚአብሔር ሰዎች እንደሆንን የሚያሳዩን ፍሬ ነው ማለት ነው፡፡

እምነት በእግዚአብሔር መልካምነት፣ ጥበብና ታማኝነት ጽኑ እና የማይናወጥ መሠረት አለው፡፡ ችግሩ ምንም ያህል ጽኑ፤ መከራውም ምን ያህል ከባድ ቢሆንም እውነተኛ የእምነት ሰው በእግዚአብሔር ያርፋል፡፡ ሁኔታዎቹ ሁሉ በእግዚአብሔር ቁጥጥር ሥር እንደሆኑና በዚያ ውስጥ የእርሱን ዓላማ በልጆቹ ሕይወት ለመፈጸም እንደሚጠቀምባቸው ይታመናል፡፡

እምነት ራሱን የሚገልጽበት ውጫዊ ሁኔታ ደግሞ ጽናት ነው፡፡ ይህንንም ሁኔታ ዳዊት ሲገልጸው ‹‹በእግዚአብሔር የታመኑ እንደማይታወኩ ለዘላለም እንደሚኖሩ እንደ ጽዮን ተራራ ናቸው›› ብሎአል፡፡ (መዝሙር 125፡1) ከአንድ ተራራ በቀር በምድር ያሉ ተራራዎች ሁሉ ይናወጣሉ፡፡ ጽዮን እግዚአብሔር ለማደሪያው የመረጠው ተራራ ነው፡፡ ስለዚህም ለዘላለም ጸንቶ የሚኖር ይህ ተራራ ብቻ ነው፡፡ በእግዚአብሔር መታመን የሚችልም ሰው እንዲሁ ነው በዙሪያው ያሉ ሁሉ ቢናወጡም እርሱ ግን ጸንቶ ይቆማል፡፡ ‹‹መሠረቶቹ በተቀደሱ ተራሮች ናቸው›› (መዝሙር 87፡1)

በ1960 ዓ.ም. በደቡባዊ ኬንያ በነበረ አንድ የመምህራን ማሠልጠኛ ኮሌጅ ዳይሬክተር በነበርኩበት ወቅት አንዲት አግኔታ የምትባል ተማሪ ታይፎይድ ይዞአት ነበር፡፡ እኔና ባለቤቴ ወደ ሆስፒታል ሄደን ስንጠይቃት አእምሮዋን ስታ እያለች፣ እርስዋን ለማናገር እንድንችል ወደ አእምሮዋ እንድትመለስ ወደ እግዚአብሔር ጸለይኩ፡፡ ከጥቂት ደቂቃ በኋላ አይኖችዋን ገልጣ ትክ ብላ ተመለከተችኝ፡፡

‹‹አግኔታ›› አልኩና ‹‹ሕይወትሽ በእግዚአብሔር እጅ ውስጥ እንደሆነ ታውቂያለሽን?›› በማለት ጠየቅሁዋት፡፡ በማያወላውል ሁኔታ ‹‹አዎን›› የሚል መልስ ከሰጠችኝ በኋላ ወዲያውኑ ተመልሳ ራስዋን ሳተች፡፡ ይሁን እንጂ በሰጠችኝ አጭር መልስ በጣም ነበር የረካሁት፡፡ ‹‹አዎን›› የሚለው ቃልዋ እምነትዋ ምን ያህል የጸና እንደሆነ ያመለክታል፡፡

አግኔታ ጌታ ኢየሱስ ክርስቶስን እንደ ግል አዳኝና ጌታ የተቀበለችው ከአንድ ዓመት በፊት ነበር፡፡ በመሆኑም ምንም እንኳ በሞት አፋፍ ላይ ብትሆንም እንደ ገና ሕይወትዋን ለጌታ መስጠት አላስፈለጋትም፡፡ አስቀድማ ባደረገችው ውሳኔ ማረፍና መጽናናት ብቻ ነበር የሚያስፈልጋት፡፡ ያ ውሳኔ ሕይወትንም ሆነ ሞትን፣ ይህኛውንም ዓለም ሆነ ዘላለማዊውን ዓለም ያጠቃልላል፡፡

አግኔታ በሕመም ላይ በነበረችበት ወቅት የትምህርት ቤት ጓደኞቿም ይጸልዩላት ነበር፣ እግዚአብሔርም ይህን ጸሎት ሰምቶ ፈወሳት፡፡ በመዝሙር 37፡5 ላይ ዳዊት - ‹‹መንገድህን ለእግዚአብሔር አደራ ስጥ፣ በእርሱም ታመን እርሱም ያደርግልሃልና›› ይላል፡፡ እንደዚህ ቃል መሠረት ከእኛ ሁለት ነገር ይጠበቅብናል፡፡ የመጀመሪያው መታመን ነው፡፡ በእግዚአብሔር የምንታመን ከሆነ ደግሞ፣ እግዚአብሔር ‹‹ያርግልናል›› በሕይወታችን መደረግ የሚገባውን ሁሉ እግዚአብሔር እንዲያደርግልን አሸንዳውን ክፍት የሚያደርገው በእርሱ ላይ ያለን እምነት ወይም መታመን ነው፡፡ አለመታመን ግን ይህን አሸንዳ ይዘጋዋል፣ እግዚአብሔር በሕይወታችን የጀመረውንም ሥራ እንዳይፈጽም እንቅፋት ይሆናል፡፡

መንገዳችንን ለእግዚአብሔር መስጠት ያለንን ገንዘብ ባንክ ውስጥ ከማስቀመጥ ጋር ይመሳሰላሉ፡፡ የባንኩ ደብተር ከተቀበልን በኋላ ስለ ገንዘባችን አንጨነቅም፡፡ ከዚያ በኋላ ኃላፊነቱ የባንኩ እንጂ የእኛ አይደለም፡፡ ሰዎች ገንዘባቸውን ባስቀመጡበት ባንክ ይህ እምነት ካላቸው ሕይወታቸውንና ኑሮዋቸውን ለእግዚአብሔር አደራ ከሰጡ በኋላ ግን መጨነቅና መጠራጠራቸው በጣም የሚያስገርም ነው፡፡

ይህ ገንዘብን ባንክ ውስጥ የማስቀመጥ ምሳሌ ሕይወታችንን ለእግዝአብሔር አደራ ስለመስጠት የሚያመለክተን ቁም ነገር አለ፡፡ ገንዘባችንን ካስቀመጥን በኋላ ቀኑን፣ ስፍራውንና ያስቀመጥነውን ገንዘብ ልክ የሚያመለክት ደብተር ይሰጠናል፡፡ ገንዘባችን በጥንቃቄ እንደሚጠበቅ ምንም ጥርጥር አይኖረንም፡፡ ለእግዚአብሔር አደራ ስለምንሰጠውም ጉዳይ እንዲሁ ግልጽ መሆን አለብን፡፡ ምን፣ የትና መቼ አንድን ነገር ለእግዚአብሔር አደራ እንደሰጠን እርግጠኛ መሆን ይኖርብናል፡፡ አደራ የሰጠውን ነገር ደግሞ እንደ ተቀበለን የመንፈስ ቅዱስ ምስክርነት ‹‹ማረጋገጫ›› ማግኘት አለብን፡፡

እምነታችን መኮትኮት አለበት

እምነት እንደ ማንኛውም አትክልት ሁሉ መኮትኮት አለበት፡፡ ፍሬ ወደ መስጠት ወይም ብስለት ደረጃ ከመድረሱ በፊት በተለያየ የእድገት ደረጃ ያልፋል፡፡ እምነት በተለያየ የእድገት ደረጃ እንደሚያልፍ ዳዊት በመዝሙር 62 ቁ. 2 ሲያመለክት- ‹‹እርሱ አምላኬ መድኃኒቴም ነውና፣ እርሱ መጠጊያዬ ነው፣ እጅግም አልታወክም›› አለ፡፡ ቁጥር 6 ላይ ደግሞ ሙሉ በሙሉ ‹‹አልታወክም›› ሲል እንመለከተዋለን፡፡ ከብዙ የዕድገት ደረጃ በኋላ እምነቱ የማይታወክበት ደረጃ ላይ ደረሰ፡፡

ማንኛችንም እንደ ዳዊት ግልጽ መሆን አለብን፡፡ የተለያየ ችግርና መከራ ሊያናውጠን ይችላል፡፡ ከብዙ የእድገት ደረጃ በኋላ እምነታችን እንደሚገባ ሲኮተኮት ግን በምንም ሁኔታ የማንታወክበት ደረጃ ላይ እንደርሳለን፡፡

እንዲህ ዓይነቱ እምነት ከመንፈስ የሚገኝ እንጂ የስሜቶቻችን ውጤት አይደለም፡፡ በመዝሙር 56፡3 ላይ ዳዊት - «እኔ ግን ፈራሁ፤ በአንተም ታመንሁ» በማለት ይናገራል፡፡ በዚህ ክፍል ላይ ሁለት ተቃራኒ ነገሮች በዳዊት ሕይወት ውስጥ እንደ ነበሩ እንረዳለን፡፡ እነዚህም ሁለት ተቃራኒ ነገሮች - ፍርሀትና መታመን ናቸው፡፡ ፍርሀት ውጫዊ ወይም ስሜታዊ ሲሆን፤ እምነት ግን በመንፈሳችን ውስጥ ጠልቆ የሚገኝ ነው፡፡

ብስለት ያለው እምነት ጥልቀት ስፋት ባለው ወንዝ ይመስላል፡፡ ምንም ነገር ሳያግደው ከታላቁ ባሕር ጋር ይቀላቀላል፡፡ ማዕበልና ወጀብ የወንዙን ላይና ውኃ ሊያናውጠው ቢችልም፤ የወንዙን ጥልቅ ውኃ ግን ሊቋቋመው አይችልም፡፡ ስለዚህም ወንዙ መንገዱን ተከትሎ በመጓዝ ባሕር ጋር ይቀላቀላል፡፡

እምነትን ወይም መታመንን በጣም ውብ በሆነ ቋንቋ የገለጸው ቢኖር ሐዋርያው ጳውሎስ ነው፡፡ ይኸው ሐዋርያ በ2ኛ ጢሞ. 1፡12 ሲናገር «ስለዚህም ምክንያት ይህን መከራ ደግሞ ተቀብዬአለሁ፣ ነገር ግን አላፍርበትም፣ ያመንሁትን አውቃለሁና፤ የሰጠሁትንም አደራ እስከዚያ ቀን ድረስ ሊጠብቅ እንዲችል ተረድቼአለሁና» አለ፡፡ ጳውሎስ ይህንን በሚጽፍበት ወቅት ሁኔታዎች ሁሉ ተዘበራርቀውበት ነበር፡፡ የቅርብ ወዳጆቹና ረዳቶቹ ሁሉ ተቃዋሚ ሆኑበት፡፡ ከእነዚህም አንዱ ዴማስ የሚባለው ዓለምን ወዶ ተለየው፡፡ አብሮት የነበረው ሉቃስ ብቻ ነበር፡፡ እርጅና ተጫጭኖታል፤ ከዚህም በላይ ደግሞ በሮም እስር ቤት ውስጥ በግፍ የሚገደልበትን ቀን እየተጠባበቀ ነው፡፡ ይሁን እንጂ ጳውሎስ በሁኔታዎች ከመረበሽና ከመደናገጥ ይልቅ በተረጋጋ መንፈስ ያመንሁትን አውቃለሁና የሰጠሁትንም አደራ እስከዚያ ቀን ድረስ ሊጠብቅ እንዲችል ተረድቼአለሁ» ለማለት በቃ፡፡ የጊዜ ገደብ ሳያግደው፣ «ወደ ፊት የጽድቅ አክሊል፤ ተዘጋጅቶልኛል፤ ይህንንም ጻድቅ ፈራጅ የሆነው ጌታ ያን ቀን ለእኔ ያስረክባል» አለ፡፡ (2ኛ ጢሞ. 4፡8)

እንደ ዳዊት ሁሉ ለጳውሎስም ለእምነቱ ወይም ለመታመኑ መሠረት የሆነው አስቀድሞ ሕይወቱን ለእግዚአብሔር አደራ

መስጠቱ ነበር፡፡ ይህንንም በራሱ ቃል ሲገልጸው «የሰጠሁትንም አደራ ሊጠብቅ እንዲችል ተረድቼአለሁ» ብሏል፡፡ ከብዙ ዓመታት በፊት ጳውሎስ ሕይወቱን ለክርስቶስ አደራ ሰጥቶ ነበር፡፡ ችግርና መከራ ቢፈራረቁበትም በእምነቱ ፍሬ ለማፍራትና ጸንቶ ለመቆም ቻለ፡፡

መታመንን የሚያስገኝ እምነት

እምነት እንደ ፍሬ በሚል ርዕስ የጀመርነውን ገለጻ በመቀጠል በዚህ ክፍል ደግሞ መታመንን የሚያስገኝ እምነት ስለሚለው ሐሳብ እንመለከታለን፡፡ እምነትም ሆነ መታመን የሚመነጩት ከራሱ ከእግዚአብሔር ባሕርያት ነው፡፡ የእምነት ጅማሬውም ሆነ ፍጻሜው ራሱ እግዚአብሔር ነው፡፡ እርሱ ታማኝ ስለ ሆነ እንታመንበታለን፣ በእርሱ ከመታመናችንም የተነሣ ራሳችን ታማኝ እንሆናለን፡፡

ቅዱሳት መጻሕፍት በጣም አጠንክረው የሚናገሩለት እውነት ቢኖር የእግዚአብሔርን ታማኝነት ነው፡፡ ምሕረቱ፣ በጎነቱና፣ ፍቅሩ ተጠቃልሎ የሚገኘውም በዚሁ ባሕርዩ ውስጥ ነው፡፡

የእግዚአብሔርን ታማኝነት በጎነትና ፍቅር በሁለት መንገድ ልንመለከተው እንችላለን፡፡ የመጀመሪያው ያለ ምንም ምክንያት ከእግዚአብሔር የምናገኘው ጸጋው ነው፡፡ ይህ ይገባናል የምንለው ወይም ደግሞ የልፋታችን ውጤት አይደለም፡፡ ሁለተኛው ደግሞ እግዚአብሔር ከሰዎች ጋር በሚያደርገው ቃል ኪዳን ላይ የተመሠረተ ነው፡፡ በሁለቱም አቅጣጫ ቢሆን የእግዚአብሔርን ታማኝነት እናያለን፡፡ ስለ እግዚአብሔር ታማኝነት ከመዝሙር 89 መመልከት ይቻላል፡-

(24) እውነቴና ምሕረቴ ከእርሱ ጋር ነው፣ በስሜም ቀንዱ ከፍ ከፍ ይላል፡፡

(28) ለዘላለምም ምሕረቴን ለእርሱ እጠብቃለሁ፣ ኪዳኔም በእርሱ ዘንድ የታመነ ነው፡፡

(33) ምሕረቴን ግን ከእርሱ አላርቅም፣

(34) ኪዳኔንም አላረክስም፣ ከከንፈሬም የወጣውን አልለውጥም፡፡

ይህ በመጨረሻ የተመለከትነው ቃል በእግዚአብሔርና እግዚአብሔር በሚናገረው ቃል መካከል ስላለው ሕብረት ያመለክታል፡፡ እግዚአብሔር ቃል ኪዳኑን አያፈርስም፣ ከአንደበቱ የወጣውንም ቃል አይለውጥም፡፡ ታማኝ በሆነው አምላክ ስንታመን ይህ ባሕርዩ በእኛ ሕይወት ውስጥ መታየት ይጀምራል፡፡

በመዝሙር 15፡1 ላይ ዳዊት ሁለት ጥያቄዎች ያቀርባል ‹‹አቤቱ በድንኳንህ ውስጥ ማን ያድራል? በተቀደሰውም ተራራ ማን ይኖራል?›› በሚቀጥሉት ቁጥሮች ደግሞ መልስ ሊሆኑ የሚችሉ አስራ አንድ ባሕርያትን ይዘረዝራል፡፡ በአራተኛው ቁጥር የተጠቀሰው ባሕርይ ‹‹ለባልንጀራ የሚምል የማይከዳም›› ይላል፡፡ ሕይወታችንን ራሱን የሚጠይቅ ጉዳይ ቢሆን እንኳ እግዚአብሔር በቃላችን ታማኝ እንድንሆን ይፈልጋል፡፡ በዓለም ያሉ ሰዎች ‹‹የሰው መልካምነት የተናገረውን ቃል የማክበሩን ያህል ነው ይላሉ፡፡ በተናገረው ቃል የማይጸና ክርስቲያን ገና ታማኝነት የሚጎድለው ነው ማለት ነው፡፡

ምንም እንኳ እግዚአብሔር ለሰዎች ሁሉ ታማኝ እንድንሆን ቢያዘንም በተለይ ለክርስቲያን ወንድሞቻችንና እህቶቻችን ግን የተለየ ግዴታ ይኖርብናል፡፡ የእግዚአብሔር ታማኝነት የተመሠረተው በቃልኪዳኑ ላይ መሆኑን አስቀድመን ተመልክተናል፡፡ በክርስቶስ አማካይነት ከእግዚአብሔርና እርስ በርሳችን በቃል ኪዳን እንድንተሳሰር አድርጎናል፡፡ እግዚአብሔር ታማኝ እንደ ሆነ ሁሉ እርስ በርሳችንም ታማኞች እንድንሆን ይጠብቅብናል፡፡

በሌላ መልኩ ደግሞ እግዚአብሔር ታማኝነቱን የሚያሳየን ከእኛ መልካም ሥራ የተነሣ ሳይሆን እንዲሁ በጸጋው እንደ ሆነ ተመልክተናል፡፡ ይህም እርስ በርሳችን ባለን የቃል ኪዳን መተሳሰር መታየት አለበት፡፡ ለሰዎች ታማኝ መሆን ያለብን አንዳንድ

ግዴታዎችን ስላሟሉልን ብቻ መሆን የለበትም፡፡ ካለን ቃል ኪዳን የተነሣ አንዱ ለሌላው ሕይወቱን ለመስጠት እንኳ ዝግጁ መሆን አለብን፡፡ «የእውነተኛ ፍቅርን ምንነት ለመረዳትም ክርስቶስ

ለእኛ ሲል መሞቱን ማስታወስ ይጠቅማል፡፡ ለወንድሞቻችን ስንል ሕይወታችንን አሳልፈን መስጠት ይገባናል፡፡» 1 ዮሐንስ 3፡16 (ሕያው ቃል) ከእግዚአብሔርና ከሌሎች ጋር ያለን ቃል ኪዳን የሚያረጋግጠው ሕይወታችንን እንኳ ለመስጠት ዝግጁ ሆነን ስንገኝ ነው፡፡

ወደ ዘመናት ፍጻሜ እየተቃረብን ስንሄድ ከፍተኛ የሞራል ውድቀትና ምግባረ ብልሹነት በዓለማችን እንደሚከሰቱ ቅዱሳት መጻሕፍት ያመለክታሉ፡፡ «ጢሞቴዎስ ሆይ በመጨረሻው ዘመን ክርስቲያን ሆኖ መገኘት በጣም እንደሚያስቸግር እወቅ፡፡ ምክንያቱም ሰዎች ራሳቸውን የሚወዱና ለገንዘብ የሚስገበገቡ ትእቢተኞችና ጉረኞች ተሳዳቢዎችና ለወላጆቻቸው የማይታዘዙ የማያመሰግኑና ቅድስና የሌላቸው ልበ ደንዳኖችና ውሸተኞች ሁከተኞች ንጽሕና የጎደላቸውና መልካም ኑሮ ለመኖር በሚፈልጉት ላይ የሚያፌዙ ቀልደኞች ይሆናሉ፡፡ እንዲሁም ባልንጀሮቻቸውን የሚከዱና ችኩሎች በትዕቢት የተወጠሩና እግዚአብሔርን ከማምለክ ይልቅ የዚህን ዓለም ደስታ የሚወዱ ይሆናሉ፡፡» (2 ጢሞቴዎስ 3፡1-4 ሕያው ቃል) ይህ በዓለማችን ላይ የሚታየው የሞራል ውድቀት ሊስተካከል የሚችለው ሰዎች ቃል ኪዳን አክባሪዎች ሲሆኑ ነው፡፡ ሕብረታችን አስቀድሞ በገባነው ቃል ኪዳን ላይ የተመሠረተ መሆን አለበት፡፡ በዚህም ምክንያት የታማኝነትን ፍሬ መኮትኮትና ማሳደግ ይጠበቅብናል፡፡

ማጠቃለያ

መንፈሳዊ ፍሬና መንፈሳዊ ስጦታዎች በሁለት ዋና ዋና መንገድ ይለያያሉ፡፡ በመጀመሪያ ደረጃ መንፈሳዊ ስጦታ ከእግዚአብሔር የምንቀበለው ነው፡፡ መንፈሳዊ ፍሬዎች ግን መኮትኮትና ከጊዜ ወደ ጊዜ ማደግ አለባቸው፡፡ ለዚህም ጊዜና ድካምን ይጠይቃል፡፡ በሁለተኛ ደረጃ ደግሞ ስጦታዎች የግለሰቡን ባሕርይና ጸባይ እንዲሁም ማንነት የሚያመለክቱ አይደሉም፡፡

ፍሬዎች ግን የግለሰብን ባሕርይና ማንነት ያመለክታሉ።
እግዚአብሔርን ለማክበርና ሰዎችን ለማገልገል ስጦታዎቹና ፍሬዎቹ
መመጣጠን አለባቸው።

እምነታችን ከሚገለጽባቸው መንገዶች አንዱ ታማኝነታችን
ነው። እኛ በእግዚአብሔር የምንታመነው እርሱ ታማኝ በመሆኑ
ነው። እግዚአብሔር ታማኝ የሚሆንልንና ቃል ኪዳኑንም
የሚያከብርልን ከእኛ ማንነት ወይም ምንነት ሳይሆን እንዲሁ
ከጸጋው የተነሣ መሆኑን ተመልክተናል። ከዚህም የተነሣ
ለእግዚአብሔርና ለሰዎች ታማኝ እንሆናለን።

40

ምዕራፍ አምስት
የምንኖርበት እምነት

ክርስትና ከመጀመሩ ስድስት መቶ ዓመት በፊት ለወንጌል መሰረት የሚሆነውን ራዕይ እግዚአብሔር ለነቢዩ እንባቆም ሰጠው፡፡ ይህም፣ ‹‹ጻድቅ ግን በእምነቱ በሕይወት ይኖራል›› የሚለው ነው፡፡ (ዕንባቆም 2፡4) በእርግጥም ይህ ቃል የክርስትና እምነት መሠረታዊ እውነት በመሆኑ በአዲስ ኪዳን ውስጥ ሶስት ጊዜ ተጠቅሞአል፡፡ ሮሜ 1፡17፣ ገላትያ 3፡11 እና ዕብራውያን 10፡38 ተመልከት፡፡

አንድ መሠረት ብቻ - እምነት

ከላይ ከተመለከትናቸው ሶስት ጥቅሶች መካከል የነቢዩ የዕንባቆም ትንቢታዊ ቃል እንደሚገባ የተብራራው በሮሜ መልዕክት ውስጥ ነው፡፡ እንዲያውም ለሌሎች መልእክቶች ሁሉ ማዕከል የሆነው ይህ መልእክት ነው ማለት ይቻላል፡፡ የምዕራፍ 1 የመጀመሪያቹ 15 ቁጥሮች የመልእክቱ መግቢያ ናቸው፡፡ በቁጥር 16 እና 17 ደግሞ ‹‹ጻድቅ በእምነት ይኖራል›› ስለሚለው መሪ ሀሳብ ይገልጻል፡፡

ከዚያም ጠቅላላ መልእክቱን በሶስት ክፍል ይከፍለዋል፡፡ የመጀመሪያው ክፍል ከምዕራፍ 1-8 ያለው ሲሆን የሚገልጸውም ስለመሠረታዊ የክርስትና እምነት ነው፡፡ የመልእክቱ ዋና ሀሳብ ከብሉይ ኪዳን ትንቢቶች ጋር የሚስማማ መሆኑንም የሚያመለክተው ይህ ክፍል ነው፡፡ ሁለተኛው ክፍል ደግሞ ምዕራፍ 9-11 ሲሆን የሚናገረውም ስለ እስራኤል ነው፡፡ ከእምነት ይልቅ በገዛ ራሳቸው መልካም ሥራ ጽድቅን ለማግኘት ባደረጉት ሙከራ የክርስቶስን አስፈላጊነት እንዳይመለከቱ የልቦና ዓይናቸው ጨለመ፡፡ ስለዚህም እግዚአብሔር በእርሱ አማካይነት ለዓለም የሰጠውን በረከት መካፈል አልቻሉም፡፡ ሶስተኛው ክፍል ከምዕራፍ 12 እስከ 16 ያለው ሲሆን፣ በእነዚህ ምዕራፎች ውስጥ ጳውሎስ ተግባራዊ ስለሆኑ ነገሮች ይገልጻል፡፡ ያስተማረው ትምህርት ሁሉ በክርስቲያኖች ዕለታዊ ኑሮ በተግባር መታየት እንደሚኖርበት አጠንክሮ ይገልጻል፡፡ የሮሜን መልእክት እንደሚገባ ለመረዳት የጠቅላላ መልእክቱን መሪ ሀሳብ

መመልከት ይኖርብናል፡፡ ይህም በጠቅላላ መልእክቱ ጎልቶ የሚታይ መሪ ሀሳብ «ጻድቅ ግን በእምነቱ በሕይወት ይኖራል» የሚለው ነው፡፡ በሮሜ 1፡16 ላይ ሐዋርያው ለደህንነት የሚያበቃውን የእግዚአብሔርን ኃይል ለመለማመድ አስፈላ ስለሆነው ዋነኛ ነገር ሲያመለከት - «በወንጌል አላፍርምና አስቀድሞ ለአይሁዳዊ ደግሞም ለግሪክ ሰው ለሚያምኑ ሁሉ የእግዚአብሔር ኃይል ለማዳን ነውና» ብሏል፡፡

አይሁዳዊም ይሁን የግሪክ ሰው፡- የሚያምን ሁሉ ደህንነትን ያገኛል፡፡ ሰዎች ካመኑ ምንም ዓይነት የኃይማኖት ወይም የዘር መድልዎ አይደረግባቸውም፡፡ እግዚአብሔር ለሰው ልጆች ያዘጋጀው የደህንነት እቅድ ሁሉን አቀፍ ነው፡፡ ለዚህም መሠረቱ እምነት ብቻ ነው፡፡

በቁጥር 17 ላይ ደግሞ ጳውሎስ ደህንነት እንዴት እንደሚገኝ - ጻድቅ በእምነት ይኖራል ተብሎ እንደተጻፈ የእግዚአብሔር ጽድቅ ከእምነት ወደ እምነት ይገለጣልና» ይላል፡፡

በዚህ ክፍል እምነት የሚለው ቃል ሶስት ጊዜ ተጠቅሷል፡፡ የእግዚአብሔር ጽድቅ የሚገለጸው ከእምነት ወደ እምነት ነው፡፡ መሠረቱ የራሱ የእግዚአብሔር እምነት ነው፤ ቃሉ አስቀድሞ የታቀደውን እቅዱን እንደሚፈጽም እምነት አለው፡፡ የእግዚአብሔር እቅድ መልእክቱን በሚያቀርበው ሰው እምነት አማካይነት ይተላለፋል፡፡ መልእክቱን የሚሰማው ሰው ደግሞ በእምነት ይቀበለዋል፡፡ ይህም መልእክት «ጻድቅ ግን በእምነቱ በሕይወት ይኖራል» የሚለው ሲሆን፣ ከመጀመሪያው እስከ መጨረሻ ድረስ የመልእክቱ መሪ ሀሳብ እምነት ነው፡፡

እስቲ አሁን ደግሞ፣ መልእክቱን ረጋ ብለን ለመመርመር እንሞክር፡፡ «ጻድቅ በእምነት ይኖራል» ሲል ምን ማለቱ ነው?

በመሠረቱ ይህ «መኖር» ወይም «ይኖራል» የሚለው ቃል ስለዚህ ስለሥጋዊ ሕይወታችን ብቻ የሚናገር አለመሆኑ ግልጽ ሊሆንልን ይገባል፡፡ ሥጋዊ ሕይወትንማ ዓመጸኞችና ኃጢአተኞችም

እንኳ ይኖሩታል፡፡ መጽሐፍ ቅዱስ ግን ሌላ ሕይወት ማለትም የጻድቅ ህይወት እንዳለ ይገልፃል፡፡

የጽድቅ ሕይወት ምንጭ እግዚአብሔር ራሱ ነው፡፡ ሰዎች ይህንን ሕይወት የሚያገኙት በኢየሱስ ክርስቶስ በማመን ብቻ ነው፡፡

ሐዋርያው ዮሐንስ ስለዚህ መለኮታዊና ዘላለማዊ ሕይወት በወንጌሉ ደጋግሞ አመልክቶአል፡፡ ገና በመልእክቱ መጀመሪያ ላይ ‹‹በእርሱ (በክርስቶስ) ሕይወት ነበረች›› ይላል፡፡ ዮሐንስ 1፡4 በዮሐንስ 3፡36 ደግሞ ‹‹በልጁ የሚያምን የዘላለም ሕይወት አለው›› ብሏል፡፡ (ዮሐንስ 6፡47) እንደገና በዮሐንስ 10፡27 -28 ‹‹በጎቼ ድምጼን ይሰማሉ እኔም አውቃቸዋለሁ፣ ይከተሉኝማል፣ እኔም የዘላለም ሕይወትን እሰጣቸዋለሁ›› አለ፡፡ በመጨረሻም በወንጌሉ መደምደሚያ ላይ ዮሐንስ ወንጌሉን ስለጻፈበት ዓላማ ሲያስረዳ ‹‹ኢየሱስ ክርስቶስ የእግዚአብሔር ልጅ እንደሆነ ታምኑ ዘንድ፣ አምናችሁም በስሙ ሕይወት ይሆንላችሁ ዘንድ ይህ (ወንጌሉ) ተጽፎአል›› ይላል፡፡ (ዮሐንስ 20፡31)

በ1ኛ ዮሐንስ መልእክት ምዕራፍ 5 ደግሞ ዮሐንስ ይህንኑ ቃል ሲያብራራው -

(11) እግዚአብሔር የዘላለምን ሕይወት እንደሰጠን ይህም ሕይወት በልጁ እንዳለ ምስክሩ ይህ ነው፡፡

(12) ልጁ ያለው ሕይወት አለው የእግዚአብሔር ልጅ የሌለው ሕይወት የለውም፡፡

(13) የዘላለም ሕይወት እንዳላችሁ ታውቁ ዘንድ በእግዚአብሔር ልጅ ለምታምኑ ይህን ጽፌላችኋለሁ›› ይላል፡፡

ዮሐንስ ‹‹ልጁ ያለው ሕይወት አለው›› አለ እንጂ (የአሁን ጊዜ) ‹‹ልጁ ያለው ሕይወት ይኖረዋል›› አላለም፡፡ (ትንቢታዊ ጊዜ) ይህ በጣም አስፈላጊ በመሆኑ እንደሚገባ ልንረዳው ይገባል፡፡ ሐዋርያው ጳውሎስ እጥር ምጥን ባለና ግልጽ በሆነ ሁኔታ በክርስቶስ

ስላለው ሕይወት ተናግሮአል፡፡ በፊልጵስዮስ 1፡21 ‹‹ለእኔ ሕይወት ክርስቶስ ነውና›› አለ፡፡ በቆላስያስ 3፡24 ‹‹ህይወታችሁ ክርስቶስ›› ብሏል፡፡ ለጳውሎስም ሆነ ለዮሐንስ ደህንነት አሁን በዚህ ምድር እያሉ ያለቀና የተጠናቀቀ ጉዳይ እንጂ ወደፊት የሚከናወን ጉዳይ አልነበረም፡፡

የወንጌል መልእክት ዋነኛ ሀሳብም ይኸው ነው፡፡ የዚህ መለኮታዊና ዘላለማዊ ሕይወት መሠረት ራሱ እግዚአብሔር ብቻ ነው፡፡ ይህም ሕይወት ለሰዎች የተሰጠው በክርስቶስ በኩል ነው፡፡ ኢየሱስ ክርስቶስን በልባችን ስንቀበል፣ በፍጹም ታዛዥነትም ሕይወታችንን ለእርሱ ስናስረክብ የእግዚአብሔርን ሕይወት እንቀበላለን፡፡ ይህም ሕይወት አሁን በዚህ ምድር እያለን የምንለማመደው እንጂ ወደፊት በሰማይ የሚጠብቀን ሕይወት አይደለም፡፡ ‹‹በልጁ የሚያምን የዘላለም ሕይወት አለው››፡፡ ይህ ሕይወት የሚጀምረው አሁን እዚህ ምድር እያለን ቢሆንም ለወደፊቱም ቢሆን ማለቂያ ወይም ፍጻሜ የለውም፡፡ በኢየሱስ ክርስቶስ ካመንንበት ጊዜ አንስቶ የዘላለም ሕይወት ተሰጥቶናል፡፡

በክርስቶስ በማመናችን ይህንን አዲስ ሕይወት ካገኘን በኋላ በየዕለቱ በዚህ ሕይወት መኖር ይኖርብናል፡፡ ይህ እንዴት ነው የሚቻለው? መልሱ፣ በእምነት መኖር ነው፡፡ ይህም ጳውሎስ ‹‹ጻድቅ በእምነት ይኖራል›› በማለት በተናገረው ቃል የተጠቀለለ ነው፡፡ ‹‹መኖር›› የሚለው ቃል ሁላችንንም የሚመለከት ነው፡፡ የምንበላው፣ የምንጠጣው፣ የምንሠራውና የምንኖረው በሕይወት ስላለን ወይም ስለኖርን ነው፡፡

ብዙ ጊዜ በየዕለቱ የምንኖረው ሕይወት ወይም የምናከናውነው ተግባር መንፈሳዊ ገጽታ እንዳለው አናስብም፡፡ እምነት ከዕለታዊ ኑሮአችን ጋር የተያያዘ አይመስለንም ቅዱሳት መጻሕፍት የሚያስተምሩት ግን ተቃራኒውን ነው፡፡ ማንኛችንም ብንሆን ከፍተኛ መንፈሳዊ ኃላፊነት የሚጣልብን በዕለታዊ ኑሮአችን ውስጥ እምነታችንን ተግባራዊ አድርገን ስንገኝ ብቻ ነው፡፡ ጌታ ኢየሱስ ራሱ በሉቃስ 16፡10-11 ላይ ስለዚህ ጉዳይ አስተምሯል፡-

(10) በትንሽ ነገር የታመናችሁ ካልሆናችሁ በትልቁ ነገር ልትታመኑ አትችሉም፡፡ በትንሿ ነገር ለማጭበርበር የማትመለሱ ከሆነ ከፍተኛ የኃላፊነት ሥልጣን ከተሰጣችሁማ የምትቻሉ አትሆኑም፡፡

(11) በዚህ ዓለም ሀብት ልትታመኑ የማትችሉ ከሆነ፣ እውነተኛውን

ሰማያዊ ሀብት ማን ሊሰጣችሁ ይችላል? (ሕያው ቃል)

እግዚአብሔር ዘላለማዊውን እውነተኛውንና መንፈሳዊውን ሀብት የሚሰጠን በዚህ ምድር ገንዘባችን ታማኝ ሆነን ስንገኝ ብቻ ነው፡፡ ከብዙ ዓመታት አገልግሎት ልምዴ የምግብና ሌላም አስፈላጊ ምድራዊ ነገሮችን ለማግኘት በቂ እምነት ያላቸው ሰዎች በክርስትና ሕይወታቸው የተሳካላቸው እንደሆኑ ለመረዳት ችያለሁ፡፡ በሌላ ወገን ደግሞ ለእነዚህ ምድራዊ ነገሮች እምነት የሌላቸው አማኞች ጠቅላላ ክርስትና ሕይወታቸውን እንደገና ማስተካከል ይኖራባቸዋል፡፡

ከእምነት መመገብ

ሶስተኛው የሮሜ መልእክት ክፍል የሚያተኩረው በየዕለቱ እምነታችንን ተግባራዊ በማድረግ ላይ ሲሆን፣ የሚጀምረውም ከምዕራፍ 12 ነው፡፡ የሚናገረውም ስለማይደረስበት ወይም ሩቅ ስለሆነ ጉዳይ ሳይሆን እዚሁ ቅርባችን ስላለው ሰውነታችን ነው፡፡

‹‹እንግዚህ፣ ወንድሞቼ ሆይ፣ ሰውነታችሁን እግዚአብሔርን ደስ የሚያሰኝና ሕያው ቅዱስም መስዋዕት አድርጋችሁ ታቀርቡ ዘንድ በእግዚአብሔር ርኅራኄ እለምናችኋለሁ፣ እርሱም ለአእምሮ የሚመች አገልግሎታችሁ ነው፡፡ (ሮሜ 12፡1)

ጳውሎስ እውነተኛ የአምላክ ሕይወት ሊኖረን የሚችለው ሰውነታችንን መስዋዕት አድርገን ለእግዚአብሔር ስናቀርብ ብቻ እንደሆነ ይናገራል፡፡ እውነተኛ አምልኮ የሚጀመረው ሰውነታችንን በማቅረብ ነው፡፡ (በዚሁ መጽሐፍ ምዕራፍ 10 ላይ ሰውነታችንን ለእግዚአብሔር ስንሰጥ ስለሚገኘው ውጤት እንመለከታለን) ጳውሎስ

ከዕለታዊ ክርስትና ሕይወታችን ጋር የተያያዙ ተግባራዊ ሁኔታዎችን የሚያብራራው ከዚህ ነጥብ በመነሳት ነው፡፡ (እንደ እውነቱ ከሆነ ለሥጋዊ አካላችን የምግብን ያህል ከፍተኛ ግምት የሚሰጠው ነገር የለም) ምግብን በሚመለከት ረገድ ክርስቲያኖች በሁለት ይከፈላሉ፡፡ ‹‹ሁሉን ይበላ ዘንድ እንደተፈቀደለት የሚያምን አለ፣ ደካማው ግን አትክልት ይበላል›› (ሮሜ 14፡2) እዚህ ላይ ጳውሎስ አትክልትን መብላት መልካም ነው፣ ሥጋን መብላት መልካም አይደለም›› ወይም ‹‹ሥጋን መብላት መልካም ነው፣ አትክልት መብላት ግን መልካም አይደለም›› የሚል መደምደሚያ ሀሳብ አለመሰንዘሩን ማስተዋል ይገባናል፡፡ ጳውሎስ የተናገረው በእምነት የምናደርገው ነገር ሁሉ መልካም ሲሆን በእምነት የማናደርገው ማንኛውም ነገር ሁሉ መልካም አለመሆኑን ነው፡፡ ይህንንም በዚሁ መልእክቱ በቁጥር 23 ላይ ሲገታ ‹‹የሚጠራጠረው ግን ቢበላ በእምነት ስላልሆነ ተኮንኖአል፣ በእምነትም ያልሆነ ሁሉ ኃጢአት ነው›› ብሏል፡፡

ከዚህ ክፍል እንደምንረዳው ጳውሎስ ከፍተኛውን ግምት የሰጠው ሥጋን መብላት ወይስ አትክልትን መብላት? ለሚለው ጥያቄ ሳይሆን እምነትን ነው፡፡ የጠቅላላ ትምህርቱ መሪ ሀሳብ ‹‹እምነት›› መሆኑን ገና ከመጀመሪያውኑ ሲያመለክት ‹‹ጻድቅ በእምነት ይኖራል፡፡›› (ሮሜ 1፡17) በዚህ ክፍል ፡ማለትም በሮሜ 14፡23 ደግሞ፣ ይህንኑ ሀሳብ ‹‹በእምነት ያልሆነ ኃጢአት ነው›› በማለት አቅርቦታል፡፡ለጽድቅ ሕይወት መሠረቱ እምነት ብቻ ነው፡፡

የምንመገበውን ምግብ በእምነት መመገብ እንዳለብን ተገልጾአል፡፡ ምግብን በሚመለከት ረገድ እምነትን ተግባራዊ ማድረግ የሚቻለው እንዴት ነው? በመጀመሪያ ደረጃ፣ የምንመገበው ምግብ እንኳ የእግዚብሔር ስጦታ ነው ማለት ነው፡፡ ኃይላችንን ለእግዚአብሔር ክብርና አገልግሎት ማዋል እንጂ ለራሳችን ፍላጎትና ለኃጢአተኛ ምኞታችን ልንገለገልበት አንችልም፡፡

ምግብን በሚመለከት ረገድ እምነታችንን ተግባራዊ ማድረግ ስንጀምር ሕይወታችን አዲስ ትርጉምና ዋጋ ይኖረዋል፡፡ ጳውሎስ ለቆሮንቶስ ምዕመናን ‹‹እንግዲህ የምትበሉ ወይም የምትጠጡ

ብትሆኑ ወይም ማናቸውንም ነገር ብታደርጉ ሁሉን ለእግዚአብሔር ክብር አድርጉት›› ሲል ምን ማለቱ እንደሆነ ልዩ በሆነ ሁኔታ እንረዳለን፡፡ (1 ቆሮንቶስ 10፡31) እምነት ለእግዚአብሔር ክብር የምንመገበውን ምግብ የቅዱስ ቁርባንን ያህል ቅዱስ ያደርገዋል፡፡

በጴንጤቆስጤ ቀን መንፈስ ቅዱስ በመጀመሪያዎቹ ክርስቲያኖች ላይ በወረደበትም ዕለት የዚህ ቃል እውነተኛነት ታይቷል፡፡ እነዚህ ሰዎች በየዕለቱ የሚመገቡት ምግብ ልክ የቅዱስ ቁርባንን ያህል ቅዱስና ክቡር ነበር፡፡ ይህንንም ለውጥ ያመጣው በእውነተኛ አምልኮና በምስጋና ይመገቡ ስለነበር ነው፡፡ ስለዚህም ሁኔታ ሉቃስ በሐዋርያት ሥራ 2፡46-47 ሲገልጽ ‹‹በየቀኑም በአንድ ልብ ሆነው በመቅደስ እየተጉ በቤታቸውም እንጀራ እየቆረሱ በደስታና በጥሩ ልብ ይመገቡ ነበር፣ እግዚአብሔርንም እያመሰገኑ በሕዝብ ሁሉ ፊት ሞገስ ነበራቸው፡፡ ጌታም የሚድኑትን ዕለት ዕለት በእነርሱ ላይ ይጨምር ነበር፡፡›› ይላል፡፡

እነዚህ ክርስቲያኖች ምግባቸውን የሚመገቡበት ሁኔታ በሌሎች ፊት ሞገስ እንዲኖራቸው አደረገ፡፡ ስለዚህም ጌታን ያላመኑ ብዙዎች ክርስቲያን ሆኑ፡፡ እኛም ምግብን በሚመለከት ረገድ እምነታችንን ተግባራዊ ካደረግነው ብዙዎች ጌታን ይቀበላሉ፡፡

በእምነት መመገብ ይህን ያህል ጥቅም ካለው፣ በዚህ ሁኔታ የማይመገቡ ሰዎችስ ውጤት ምንድነው? በእምነት የማይመገብ ሰው ሁኔታ ምን እንደሚመስል ከመጽሐፈ መክብብ እንመለከታለን፡፡ በዚህ መጽሐፍ አብዛኛው ክፍል ሰለሞን የሚገልጸው በመጽሐፍ ቅዱሳዊ አነጋገር ‹‹ተፈጥሮአዊ ሰው›› ስለሚባለው ነው፡፡ ‹‹ተፈጥሮአዊ ሰው›› ማለት ካለማመን የተነሳ ስለእግዚአብሔር የተስተካከለ ዕውቀት የሌለው፣ ከእግዚአብሔር ጸጋ ውጪ የሆነ ሰው ማለት ነው፡፡ ሰለሞን ይህ ሰው ምግቡን የሚመገብበት ሁኔታ ምን ውጤት እንደሚያስከትል ሲያስረዳ ‹‹በተቀመጠበትም ዘመን ሁሉ በጨለማ በላ፣ በሀሳብም፣ በብዙ መከራ በጭንቅም›› ብሏል፡፡ (መክብብ 5፡17)

‹‹በጨለማ በላ›› የሚለው ቃል ይህ ሰው ምግቡን የሚመገብበት ሁኔታ በእምነት እንዳልነበር ያመለክታል፡፡ እንዲህ ያለው ሰው ምግብ የእግዚአብሔር ስጦታ እንደሆነ አያስተውልም፡፡ ስለዚህም እግዚአብሔርን አያመሰግንም፡፡ በእምነት ባለመመገቡም ምግቡ የተቀደሰ አይደለም፡፡ በዚህም ምክንያት ምግቡ ለታላቅ ሁከት፣ ሕመምና ቁጣ ምክንያት ይሆንበታል፡፡

እስካሁን ድረስ ዕለታዊ ምግብን በሚመለከት ረገድ እምነት ስላለው ደርሻ ተመልክተናል፡፡

ስለዚህ ጳውሎስ በሮሜ 1፡17 ላይ ‹‹ጻድቅ በእምነት ይኖራል›› በማለት የተናረው ቃል ከምንጊዜውም ይልቅ ግልጽ ሆኖልናል ብዬ አስባለሁ፡፡ እምነት መለኮታዊ ሕይወት ወደ ሰዎች የሚተላለፍበት መንገድ ነው፡፡ በእምነት መኖርን በተለማመድን መጠን፣ የዚያኑ ያህል ህይወታችንም የጣፈጠና አስደሳች ይሆናል፡፡ በእምነት የምናደርገው ማንኛውም ነገር ሁሉ መለኮታዊ ሕይወት ይኖረዋል፡፡ ስለዚህም ሕይወት አሰልቺ ሳይሆን አስደሳች፣ አዲስና ዘወትር እግዚአብሔርን ለማመስገን የተዘጋጀ ይሆናል፡፡

እምነት - ስለገንዘብና ስለሌላው ፍላጎታችን

ለየዕለቱ ኑሮዋችን ገንዘብ እንደሚያስፈልገን የታወቀ ነው፡፡ ገንዘብን በሚመለከት ረገድ እምነታችንን ተግባራዊ ልናደርገው እንችላለን፡፡ ምንም እንኳ ለሰው የማይቻል ወይም ከሰው አእምሮ በላይ መስሎ ቢታየንም እግዚአብሔር የገንዘብ ችግራችንን ሊያቃልልንና የጎደለንን ሁሉ ሊያሟላንን እንደሚችል መጽሐፍ ቅዱስ በብዙ ስፍራ ይናገራል፣ ይህንን ማድረግ እንደሚቻለውም ብዙ ምሳሌዎች ተሰጥተዋል፡፡ የዚህም ቃል እርግጠኝነት ከየትኛውም ጊዜ ይልቅ በ2ኛ ቆሮንቶስ 9፡8 ተነግሮአል፡፡ ‹‹... ሁልጊዜ በነገር ሁሉ ብቃትን ሁሉ አግኝታችሁ ለበጎ ሥራ ሁሉ ትበዙ ዘንድ ጸጋን ሁሉ ሊያበዛላችሁ ይችላል›› ይህንንም እንደሚገባ መመርመርና መረዳት እጅግ ሊጠቅመን እንደሚችል አስባለሁ፡፡ እግዚአብሔር የሰዎችን ችግር መፍታትና የሚያስፈልጋቸውን ሁሉ ለማሟላት ያለውን ችሎታ ሰብዓዊ ቋንቋ እንደሚገባ ሊገልጸው

አይችልም፡፡ ችግራችንን መፍታት ብቻ ሳይሆን፣ ለመልካም ነገር የሚያስፈልገንን ሁሉ አብዝቶ ያሟላልናል፡

ችግሮቻችንን በሶስት መንገድ እንጋፈጣቸዋለን፡፡ በትንሹ፣ በበቂ፣ በብዛት፡፡ ይህንንም ከዕለታዊ ኑሮአችን አንጻር እንደሚከተለው ልንመለከተው እንችላለን፡፡ ለምሳሌ አንዲት ሴት ለቤት መሰናዶ የሚያስፈልጋት ወጪ 15 ብር ቢሆን እርስዋ ግን ያላት 10 ብር ብቻ ቢሆን ለመግዛት የምትችለው በትንሹ ነው፡፡ ሌላዋ ሴት ደግሞ ለወጪ የሚያስፈልጋት ገንዘብ 15 ብር ቢሆንና በእጅዋ ያለው ገንዘብ 15 ብር ቢሆን የሚያስፈልጋትን በበቂ መግዛት ትችላለች፡፡ የሚያስፈልጋት 15 ብር ሆኖ በእጅዋ ያለው ግን 20 ብር ቢሆን ግን አትረፍርፋ ወይም በብዛት መግዛት ትችላለች፡፡

እዚህ ላይ መታወቅ ያለበት ‹‹ብዙ›› የሚለው ቃል ገንዘብን ወይም ቁሳዊ ንብረትን ብቻ የሚመለከት አለመሆኑን ነው፡፡ ‹‹ብዙ›› የሚለው ቃል የማንኛውንም ነገር መሟላትና ለሌሎች መትረፍን ያመለክታል፡፡ ለዚህም ኢየሱስ ክርስቶስ ራሱ ዓይነተኛ ምሳሌያችን ሊሆን ይችላል፡፡ ኢየሱስ የራሱ መኖሪያ ቤት አልነበረውም፣ ምንም እንኳ ይሁዳ የሚባለው ከሐዋርያቱ አንዱ ገንዘብ ያዥ እንደነበረ ቢጠቀስም (ዮሐንስ 12፡6 13፡29) ብዙ ገንዘብ እንዳልነበረው ግልጽ ነው፡፡ ይሁን እንጂ ኢየሱስ ለራሱ የሚያስፈልገውን ወይም አብረውት ለነበሩ የሚያተርፈውን ነገር አጥቶ ተቸግሮ አያውቅም፡፡

ለግብር የሚከፈለው ገንዘብ እንደሚያስፈልገው ጴጥሮስ በጠየቀው ጊዜ ኢየሱስ ‹‹ሂድና የሚያስፈልገውን ገንዘብ እንዲሰጥህ ይሁዳን ጠይቀው›› አላለውም፡፡ ኢየሱስ ለጴጥሮስ ወደ ገሊላ ባሕር እንዲሄድና ዓሣ እንዲያጠምድ ከሚያጠምደውም ዓሣ አፍ የሚያስፈልገውን ገንዘብ እንደሚያገኝ ነበር የነገረው፡፡ (ማቴዎስ 17፡24-27 ተመልከት) ለመሆኑ የትኛው የሚቀል ይመስላችኋል? ወደ ባንክ ሄዶ ገንዘብ መውሰድ ወይስ ወደ ባሕር ሄዶ መረብ መጣልና ከሚጠመደው ከዓሣ አፍ የሚፈለገውን ገንዘብ ማግኘት?

በበኩሌ ሁለተኛው ሁኔታ ይበልጥ የሚያስደስትና የሚያስደንቅ ሊሆን እንደሚችል አስባለሁ፡፡

አንድ ጊዜ ደግሞ የኢሱስን ትምህርት ለመስማት ወደ 12000 የሚሆን ሕዝብ ተሰብስቦ ነበር፡፡ ሰዎች ከእርሱ ጋር ውለው በማደራቸው ርቦአቸዋል፡፡ (ዮሐንስ 6፡5-13 ተመልከት) ከአንድ ልጅ ለምሳው ይዞት የነበረውን አምስት ዳቦና ሁለት ዓሣ ወሰደና እግዚአብሔርን አመሰገነ፡፡ ከዚህም የተነሳ ያን ሁሉ ሕዝብ ለመመገብ ቻለ፡፡ ከሕዝቡም የተረፈው ቁርስራሽ አስራ ሁለት ቅርጫት ሙሉ ነበር ይህ ብዛት ነው፣ ይህ መትረፍረፍ ነው፡፡ ከዚህም በላይ ስለምንበላው ምግብ በእምነት እግዚአብሔርን ማመስገን የሚያመጣውን በረከት ያመለክታል፡፡

ወንጌልን እንዲሰብኩ ኢየሱስ ደቀመዛሙርቱን ልኮ በነበረበት ወቅት ምንም ትርፍ ነገር ይዘው እንዳይሄዱ አዝዞአቸው ነበር ይሁን እንጂ ከሚያስፈልጋቸው ነገር አንዳችም አልጎደለባቸውም፡፡ (ሉቃስ 9፡ 1-3 10፡1-4 ተመልከት)

በዚህ ምድር ይሰጥ የነበረውን አገልግሎት በፈጸመበት ወቅት «ያለ ኮሮጆና ያለ ከረጢት ያለ ጫማም በላክኋችሁ ጊዜ አንዳች ጎደለባችሁን?» በማለት ላቀረበላቸው ጥያቄ ምንም ነገር እንዳልጎደለባቸው ነበር የመለሱለት፡፡ (ሉቃስ 22፡35) ይህ ብዛት ነው፣ ይህ መትረፍረፍ ነው፣ በበኩሌ በሁለት የተለያዩ አገሮች በሚስዮናዊነት አገልግያለሁ፡፡ ለሚስዮናውያን ቤት፣ መኪናና ደመወዝ እንደሚሰጣቸው የታወቀ ቢሆንም ብዙ ነገሮች እንደማይሟሉላቸው እኔ ራሴ ምስክር ነኝ፡፡ ለበዛና ለተትረፈረፈ ሕይወት መሠረቱ ገንዘብ ወይም ቁሳዊ ንብረት ሳይሆን እምነት ነው፡፡

በኢየሱስ ሕይወት የታዩትን እነዚህን ታሪኮች ስናነብ አንዳዶቻችን «ለኢየሱስ ሁኔታዎች ሁሉ የተሟሉለት አምላክ በመሆኑ ነው፣ ስለሆነም ለእርሱ የሆነለት ሁሉ ለእኔም ይሆንልኛል ማለት አልችልም» የሚል ሀሳብ እናቀርብ ይሆናል፡፡ ኢየሱስ የተናገረው ግን ከዚህ በጣም የተለየ ነው፡፡ ለእርሱ የተቻለው ሁሉ በእርሱ ለሚያምኑ ሁሉ እንደሚቻል ሲያመለክት «በእኔ የሚያምን

እኔ የማደርገውን ሥራ እርሱ ደግሞ ያደርጋል ...›› አለ፡፡ (ዮሐንስ 14፡12) ከኢየሱስ ጋር አብሮ የነበረውና የሚያደርጋውን ሁሉ በዓይን ምስክርነት የተመለከተው ሐዋርያው ዮሐንስም ‹‹በእርሱ እኖራለሁ የሚል እርሱ እንደተመላለሰ ራሱ ደግሞ ሊመላለስ ይገባዋል›› ብሏል፡፡ (ዮሐ 2፡6) ልንከተለው ለሚገባን የእምነት እርምጃ ሁሉ ኢየሱስ ዓይነተኛ ምሳሌያችን ነው፡፡ ስለዚህም እርሱን እንከተል፡፡

አንዳንዶቻችን ይህን ለመቀበል ይከብደን ይሆናል፡፡ ለዚህም ምክንያቱ የእግዚአብሔርን ጸጋ ታላቅነት እንደሚገባ ባለመገንዘባችን ነው፡፡ ከ2ኛ ቆሮ. 9፡8 እንደተመለከትነው ዓቢይ ወይም ቁልፍ ቃሉ ‹‹ጸጋ›› የሚለው ነው፡፡ እግዚአብሔር ለመልካም ሥራ የምንበዛበትን ወይም የምንተርፍበትን ጸጋ ሊያበዛልን ይችላል፡፡ ለብዛትና ለመትረፍረፍ መሠረቱ ጥበባችን ወይም ችሎታችን ሳይሆን የእግዚአብሔር ጸጋ ነው፡፡ ይህ ጸጋ እንዲበዛልንና በሕይወታችን (ተግባራዊ እንዲሆን ከተፈለገ ሁለት ነገሮችን መረዳት አለብን፡፡ የመጀመሪያው በዮሐንስ 1፡17 ተጠቅሶአል፡፡ ቃሉም ‹‹ሕግ በሙሴ ተሰጥቶ ነበርና ጸጋና እውነት ግን በኢየሱስ ክርስቶስ ሆነ›› ይላል፡፡
ጸጋ የሚገኘው ከኢየሱስ ክርስቶስ ብቻ እንጂ ለሙሴ ሕግ በመገዛት ወይም የተለያየ ኃይማኖታዊ ወግን በመፈጸም አይደለም፡፡

ሁለተኛው መመሪያ በኤፌሶን 2፡8-9 የጠቀሰው ሲሆን ቃሉም ‹‹ጸጋው በእምነት አድኖአችኋልና ... ማንም እንዳይመካ ከሥራ አይደለም›› የሚለው ነው፡፡ ጸጋ በጥበባችን የምናገኘው ወይም ለችሎታችን የሚከፈለን ክፍያ አይደለም፡፡ ጸጋ በዕለታዊ ኑሮአችን ተግባራዊ ሊሆን የሚችለው በእምነት ብቻ ነው፡፡

ታዲያ፣ ይህ ትምህርት ገንዘብን በሚመለከት ረገድ ተግባራዊ የሚሆነው እንዴት ነው? በመጀመሪያ ደረጃ፣ እግዚአብሔር ስንፍናን፣ እምነት-ቢስነትንና ገንዘብን በሚመለከት ረገድ ቸልተኝነትን እንደማይደግፍ መረዳት አለብን፡፡ ምሳሌ 10፡4 ‹‹የታካች እጅ ችግረኛ ታደርጋለች፣ የትጉ እጅ ግን ባለጠጋ ታደርጋለች›› ይላል፡፡ በኤፌሶን 4፡28 ደግሞ ጳውሎስ ‹‹የሰረቀ

ከእንግዲህ ወዲህ አይስረቅ፣ ነገር ግን በዚያ ፊንታ ለጎደለው የሚያካፍለው እንዲኖርለት በገዛ እጆቹ መልካምን እየሰራ ይድከም›› ይላል፡፡ ለራሳችን የሚበቃንን እንድናገኝ ብቻ ሳይሆን ለሌሎች ለመስጠት የሚተርፈንን እንድናገኝ መሥራት እንዳለብን የእግዚአብሄር ቃል አጠንክሮ ይናገራል፡፡ እንደገና ደግሞ በ2ኛ ተሰሎንቄ 3፡10 ‹‹ሊሰራ የማይወድ አይብላ›› ይላል፡፡ እግዚአብሔር መልካም ስጦታን ለሰነፍና ኃላፊነት ለማይሰማው ሰው አይሰጥም፡፡

ምንም እንኳ በቅንነት፣ በታማኝነትና በትጋት ሥራችንን ብናከናውንም ኑሮአችን የሚገባውን ያህል ላይሟላ ይችላል ከዚያም አልፎ እኛና የምናስተዳድራቸው ሰዎች ልንቸገር እንችላለን፡፡ እንዲህ አይነቱ ጸጋ የሚያስተላልፍልን መልእክት ቢኖር ሁኔታውን እንደ እግዚአብሔር ፈቃድ መቀበል እንደሌለብን ነው፡፡ ከዚያ ይልቅ ከችግራችን እንዲያወጣን ከጥበባችን ወይም ከችሎታችን በላይ ኃይል ባለው አምላክ መጽናት አለብን፡፡

እርስ በርስ መደጋገፍ

እስካሁን ድረስ ስለ እግዚአብሔር ስጦታና ልግስና ተመልክተናል፡፡ ይሁን እንጂ ሀሳባችንን ከመደምደማችን በፊት ግን የእግዚአብሔርን ስጦታ ወይም ልግስና ለመሳተፍ የእኛንም ተባባሪነት እንደሚጠይቅ ለመግለጽ እፈልጋለሁ፡፡ እግዚአብሔር እኛን የሚመለከተን በተናጠል ብቻ ሳይሆን እንደ አንድ አካል የተለያዩ ብልቶች ነው፡፡ የአንድ አካል ብልቶች ተደጋጋፊዎች ናቸው፡፡ በኤፌሶን 4፡15-16 ጳውሎስ የዚህ አካል ራስ ክርስቶስ መሆኑን ከገለጸ በኋላ ይህ አካል እንዴት እንደሚሰራ ሲያስረዳ

> (16) ከእርሱም የተነሳ አካል ሁሉ እያንዳንዱ ክፍል በልክ እንደሚሰራ በተሰጠለት በጅማት ሁሉ እየተጋጠመና እየተያያዘ ራሱን በፍቅር አካሉን ያሳድጋል›› ብሏል፡፡

እዚህ ላይ ጳውሎስ ስለ ጅማት አስፈላጊነትና ጥቅም ይገልጻል፡፡ ጅማቶች ሁለት ጥቅም አላቸው፡፡ በመጀመሪያ አካልን አገጣጥመው ይይዛሉ፣ በሁለተኛ ደረጃ ደግሞ ምግብን ያስተላልፋሉ፡፡ ጅማቶች

በምዕመናን መካከል ላለው አንድነትና ሕብረት ካለ የእግዚአብሔር ስጦታ ለእያንዳንዱ የአካል ክፍል ሊደርሰው ስለሚችል አንድም ብልት እንኳ አይጎዳም፡፡ ጅማቶች በትክክል የማይሰሩ ከሆነ ማለትም በክርስቲያኖች መካከል አንድነትና ሕብረት ከሌለ ግን የተለያዩ የአካል ክፍሎች ይጎዳሉ ወይም ችግር ይደርስባቸዋል፡፡ ይህም የሚያሳየን የእግዚብሔር ስጦታ በቂ አለመሆኑን ሳይሆን እኛ ስጦታዎቹን ለማስተላለፍ ምቹ አሸንዳ ወይም መተላለፊያ መስመር ሆነን አለመገኘታችንን ነው፡፡

ከብሉይ ኪዳን እንደምንመለከተው እግዚአብሔር እስራኤላውያንን ከግብጽ ባርነት ነጻ ባወጣበት ወቅት ይህንን የአሠራር ሁኔታ እጅግ ተግባራዊ በሆነ መንገድ አስተምሮአቸው ነበር፡፡ በወቅቱ የነበሩት ከሁለት እስከ ሶስት ሚሊዮን የሚቆጠሩ እስራኤላውያን በምድረ በዳ ሲጓዙ የሚመገቡት ምግብ አልነበራቸውም፡፡ ስለዚህም እግዚአብሔር የሚበሉትን መና በየምሽቱ ከሰማይ ያወርድላቸው ነበር፡፡ እስራኤላውያንም መናው በጸሐይ ሙቀት ከመሟሸሹ በፊት ጥዋት በማለዳ ተነስተው የሚያስፈልጋቸውን ያህል መሰብሰብ ነበረባቸው፡፡ ለእያንዳንዱ ቤተሰብ የተመደበለት ድርሻ አንድ ‹‹ጎሚር›› ብቻ ቢሆንም አንዳንድ ሰዎች በብዛት ሲሰበስቡ ሌሎች ግን የሰበሰቡት በጥቂቱ ነበር፡፡ ይሁን እንጂ ሁሉም ሲከፋፈሉት በጠቅላላ የሰበሰቡት ለእያንዳንዱ የሚደርሰው አንድ አንድ ጎሚር ብቻ ሆኖ ተገኘ፡፡

(ዘፀዓት 16፡14-18 ተመልከት) በዚህ ሁኔታ ለመከፋፈል ፈቃደኛ ሆነው ባይገኙ ኖሮ ግን አንዳንዶች ምንም የሚበሉት አያገኙም ነበር፡፡ እግዚአብሔር ለእያንዳንዱ ሰው አንዳንድ ጎሚር መስጠት ይችል ነበር፡፡ ይሁን እንጂ ያለው ለሌላው ማካፈልን እንዲማር በማለት እንዲህ አላደረገም፡፡

ይህ አሠራር በአዲስ ኪዳን ዘመንም እንኳ ተግባራዊነቱ ታይቷል፡፡ ጳውሎስ በ2 ኛ ቆሮንቶስ በይሁዳ የነበሩ አማኞችን ለመርዳት የመቄዶንያና የአካይያ ቤተክርስቲያኖች ስለሚያደርጉት ልዩ የገንዘብ መዋጮ ይጽፍላቸዋል፡፡ በዚህ መልእክቱ ሐዋርያው አንዱ ከመጠን በላይ ሲሰበስብ ሌላው ደግሞ የሚያስፈልገውን ሲያጣ

በምእመናን መካከል እኩልነት እንዲኖር እግዚአብሔር ያዘጋጀው መንገድ ይህንን እንደሆነ ይገልጽላቸዋል፡፡ ይህንንም አባባሉን ለመደገፍ እስራኤላውያን በምድረ በዳ በተጓዙበት ጊዜ እግዚአብሔር የሰጣቸውን መና እንደተከፋፈሉ ይጠቅስላቸዋል ከቁጥር 13-15 ባለው ‹‹ለሌሎች ዕረፍት ለእናንተም መከራ እንዲሆን አይደለም፣ ትክክል እንዲሆን ነው እንጂ፣ የእነርሱ ትርፍ ደግሞ የእናንተን ጉድለት እንዲሞላ በአሁኑ ጊዜ የእናንተ ትርፍ የእነርሱን ጉድለት ይሙላ፣ በትክክል እንዲሆን እንዲህ ተብሎ እንደተጻፈ፡- ብዙ ያከማቸ አላተረፈም ጥቂትም ያከማቸ አላጎደለም፡፡ (ጳውሎስ ይህንን የወሰደው ከዘጸአት 16፡18፡፡)

መንፈስ ቅዱስ ከወረደባቸው በኋላ በኢየሩሳሌም ከተማ የነበሩ የመጀመሪያዎቹ ክርስቲያኖችም ይህንኑ ምሳሌነት ተከትለዋል፡፡
የሐዋ. 4፡32-35

(32) ያመኑትም ሕዝብ አንድ ልብ አንዲትም ነፍስ ነበራቸው ገንዘባቸውን ሁሉ በአንድነት ነበረ እንጂ ካለው አንድ ነገር ስንኳ የራሱ እንደሆነ አልተናገረም፡፡
(33) ሐዋርያትም የጌታን የኢየሱስ ክርስቶስን ትንሣኤ በታላቅ ኃይል ይመሰክሩ ነበር፣ በሁሉም ላይ ታላቅ ጸጋ ነበረባቸው፡፡
(34) በመካከላቸውም አንድ ስንኳ ችግረኛ አልነበረምና መሬት ወይም ቤት ያላቸውን ሁሉ እየሸጡ የተሸጠውንም ዋጋ ያመጡ ነበርና
(35) በሐዋርያትም እግር አጠገብ ያኖሩ ነበር ማናቸውም እንደሚፈልግ መጠን ለእያንዳንዱ ያካፍሉት ነበር፡፡

እዚህ ላይ ተነጣጥለው መታየት የሌለባቸው ሶስት ዓረፍተ ነገሮች ተሰንዝረዋል፡፡ በመጀመሪያ ‹‹የጌታን የኢየሱስ ክርስቶስን ትንሣኤ በታላቅ ኃይል ይመሰክሩ ነበር›› በሁለተኛ ደረጃ ‹‹በሁሉም ላይ ጸጋ ነበረባቸው፡፡ በሶስተኛ ደረጃ ‹‹በመካከላቸው አንድ ስንኳ

ችግረኛ አልነበረምና፡፡›› ሐዋርያት የኢየሱስ ክርስቶስን ትንሣኤ በመስበካቸው እግዚአብሔር ጸጋውን አበዛላቸው በዚህም ምክንያት በመካከላቸውም አንድ ችግረኛ አልነበረም፡፡

እምነት ምንም መተኪያ የለውም

ከእግዚአብሔር ጋር ያለን ግንኙነት ሁለት ገጽታዎች አሉት፡፡ መጽሐፍ ቅዱስ ስለሁለቱም ገጽታዎች አጠንክሮ ያስተምራል፡፡ በመጀመሪያ፥ እምነታችንን መሠረት በማድረግ እግዚአብሔር ጸጋውን ሁሉ ያበዛልናል፡፡ በሁለተኛ ደረጃ ግን፥ በእምነት ያልተመሠረተ ማንኛውንም ነገር አይቀበለንም፡፡ ወደ እግዚአብሔር የምንቀርበው በእምነት ካልሆነ ከንቱ ነው፡፡ ይህም በዕብራውያን 11፡6 እንደሚገባ ተገልጾአል፡፡

> (6) ያለ እምነት ደስ ማሰኘት አይቻልም፥ ወደ እግዚአብሔር የሚደርስ እግዚአብሔር እንዳለ ለሚፈልጉትም ዋጋ እንዲሰጥ ያምን ዘንድ ያስፈልገዋልና፡፡

ሰዎች እግዚአብሔርን በመልካም ሥራቸው፥ በቤተክርስቲያን አባልነታቸው፥ በልግስናቸው በጸሎታቸውና በሌላውም ኃይማኖታዊ ምግባራቸው ደስ ሊያሰኙት ይሞክራሉ፡፡ ይሁን እንጂ ያለእምነት እግዚአብሔርን ደስ ማሰኘት አይቻልም፡፡ እምነት ምንም መተኪያ የለውም፡፡

ወደ እግዚአብሔር ለመቅረብ የሚፈለግ ሁሉ አስቀድሞ ማመን አለበት፡፡ ይህም እምነት በሁለት አቅጣጫ የተሟላ መሆን ይኖርበታል በመጀመሪያ፥ እግዚአብሔር እንዳለ ማመን አለብን፡፡ አብዛኛው የዓለም ሕዝብ በእግዚአብሔር መኖር ያምናል፡፡ ቢሆንም በእግዚአብሔር ሕልውና ማመን ብቻ በቂ አይደለም፡፡ ‹‹ለሚፈልጉትም ዋጋ እንዲሰጥ ያምን ዘንድ ያስፈልገዋልና›› በሕልውናው ማመን ብቻ ሳይሆን፥ እርሱን ለሚፈልጉት ሁሉ ተገቢውን ዋጋ እንደሚሰጣቸው ማመን አለብን፡፡ በእግዚአብሔር መልካምነትና በታማኝነቱ ማመን ይኖርብናል፡፡ እምነታችን በዚህ መልክ የተመሠረተ ከሆነ፥በሥነ መለኮታዊ ዕውቀት ብቻ

አይወሰንም፡፡ በእግዚአብሔርና በአማኙ መካከል ቀጥተኛ ሕብረትና አንድነት ይኖራል፡፡

በምዕራፍ 1 በእምነት አማካይነት ከእግዚአብሔርና ከእግዚአብሔር ቃል ጋር መገናኘት እንደሚቻል ተመልክተናል፡፡ አሁን ደግሞ አንድ እርምጃ ወደፊት በመቀጠል፣ የእምነት ግቡ ወይም ፍጻሜው እግዚአብሔር ራሱ እንደሆነ እንመለከታለን፡፡ የእግዚአብሔር ባሕርያት በቃሉ ውስጥ ስላለ፣ በእግዚአብሔር በመታመናችን ነው፡፡ በእግዚአብሔር የማናምን ከሆነ ግን፣ በእግዚአብሔር ቃል ማመን አንችልም፡፡ በቃላት ወይም በሥነ-መለኮት ዕውቀት ላይ የተመሠረተ ዕውቀት ብቻውን በቂ አይደለም፡፡ ዕውቀታችን በሥነ-መለኮታዊ ምርምር ላይ ብቻ የሚያተኩር ከሆነ፣ የበዛውንና የተትረፈረፈውን የእግዚአብሔርን ሕይወት መለማመድ አንችልም፡፡ እግዚአብሔር በግል ሕይወታችን እንድናውቀው፣ ከእርሱ ጋርም የጠበቀ ሕብረትና አንድነት እንዲኖረን ይፈልጋል፡፡ በዚህ ሁኔታ እግዚአብሔርን የምናውቅ ከሆነ፣ ይህ ዕውቀት ሀሳባችንና ድርጊታችንን ሁሉ ይቆጣጠረዋል፡፡ የሕይወታችን መሠረት ግብ ይሆንልናል፡፡ ‹‹ጻድቅ በእምነት ይኖራል›› የሚለው የነቢዩ እንባቆም ቃል ሥነ-መለኮታዊ ዕውቀት ብቻ ሳይሆን ዕለት በዕለት በሕይወታችን የሚከሰት ሐቅ ይሆናል፡፡

በመዝሙር 23፡1 ላይ ዳዊት ‹‹እግዚአብሔር እረኛዬ ነው የሚያሳጣኝም የለም፣ ይላል፡፡ እዚህ ላይ ዳዊት የሚናረው ከእግዚአብሔር ጋር ስላለው ቅርብ ግንኙነት እንጂ፣ በሥነ-መለኮታዊ ዕውቀት አይደለም፡፡ ከእግዚአብሔር ጋር ካለው የቅርብ ግንኙነት የተነሳም ‹‹የሚያሳጣኝም የለም›› አለ፡፡ ይህ ቃል ማንኛውንም ጉድለታችንና ማንኛውንም ሁኔታችንን ይመለከታል፡፡

‹‹እግዚአብሔር እረኛዬ ነው፣ የሚያሳጣኝም የለም›› ሲል- ገንዘብም ቢሆን አያሳጣኝም፣ ምግብም ቢሆን አያሳጣኝም፣ ወዳጆችም ቢሆን አያሳጣኝም፣ ጤናም ቢሆን አያሳጣኝም፣ ማለቱ ነው፡፡ በጣም አስደናቂና አስተማማኝ ዋስትና ነው፡፡ ‹‹የሚያሳጣኝም የለም›› ያለውም እነዚህንና ሌሎች እነዚህን የመሳሰሉ ጉዳዮችን በአእምሮው ይዞ ነው፡፡

ብዙ ጊዜ ቅዱሳት መጻሕፍት መሠረታዊ እውነቶችን በቀላል ቋንቋ ለመግለጽ ያላቸው ችሎታ በጣም ያስደንቀኛል፡፡ ‹‹እግዚአብሔር እረኛዬ ነው የሚያሳጣኝም የለም›› የሚለው ዐረፍተ ነገር በአምስት ቃላት የተቀነባበረ ቢሆንም፣ ዕብራይስጡ ግን በአራት ቃላት ብቻ ነው የሚያጠቃልለው፡፡ ይሁን እንጂ፣ እነዚህ ጥቂትና አጭር ቃላት ስፋትና ብዛት ያለውን ፍላታችንን ሁሉ ይጠቃልላሉ፡፡

አለማመን- ዋናው ኃጢአታችን

ምንጊዜም ቢሆን ጻድቅ የእምነት ውጤት መሆኑን ተመልክተናል፡፡ አሁን ደግሞ በተቃራኒው ኃጢአት የአለማመን ውጤት መሆኑን እንመለከታለን፡፡

በዮሐንስ 16፡8 ኢየሱስ የመንፈስ ቅዱስ ሥራ ስለ ሶስት ነገሮች ማለትም ስለኃጢአት፣ ስለጽድቅና ስለፍርድም ዓለምን ይወቅሳል፡፡ በሚቀጥለው ቁጥር ደግሞ መንፈስ ቅዱስ የሚወቅሰው ዋነኛው ኃጢአት ምን እደሆነ ሲገልጽ ‹‹በእኔ ስለማያምኑ ነው›› አለ፡፡ ዓለም ሁሉ በአለማመን ኃጢአት ውስጥ ነው፡፡ የሌሎች ኃጢአቶች ሁሉ መሠረትም ይኸው ነው፡፡

ዕብራውያን ምዕራፍ 3 ደግሞ ስለአለማመን ኃጢአት ይገልጻል፡፡ የመልእክቱ ጸሐፊ እንደሚያመክተው፣ እስራኤላውያን በሙሴ መሪነት ቢወጡም ወደ ተስፋይቱ ምድር ግን አልገቡም፡፡ በምድረ በዳ ቀሩ፡፡

በዚሁ ምዕራፍ ቁጥር12 ላይ የእስራኤላውያንን ምሳሌነት መሠረት በማድረግ ለክርስቲያኖች ምክር ሲሰጥ- ‹‹ወንድሞቼ ሆይ፣ ምናልባት ሕያው እግዚአብሔርን የሚያስክዳችሁ እንዳይኖር ተጠንቀቁ›› ይላል፡፡ ብዙ ክርስቲያኖች አለማመንን እንደቀላል ነገር ቢቆጥሩትም፣ መጽሐፍ ቅዱስ ግን የማያምን ልብ ክፉ ልብ መሆኑን ያመለክታል፡፡ እምነት ከእግዚአብሔር ጋር የጠበቀ ሕብረትና ግንኙነት እንዲኖረን እንደሚያደርግ ሁሉ፣ አለማመን ደግሞ ከእግዚአብሔር ያራርቀናል፡፡ የሁለቱ ውጤት በጣም ተቃራኒ ነው፡፡ በቁጥር 13 ደግሞ ‹‹ነገር ግን ከእናንተ ማንም በኃጢአት መታለል፣ እልከኛ እንዳይሆን ‹‹ዛሬ›› ተብሎ ሲጠራ ሳለ፣ በእያንዳንዱ

ቀን እርስ በርሳችሁ ተመካከሩ›› ይላል፡፡ አለማመን ልባችንን ያደነድናል፣ እልከኛ ያደርጋል፣ በመጨረሻም ለኃጢአትና ለሰይጣን ማታለል ይዳርጋል፡፡ ልባችንን ከኃጢአት ማታለል አንድ ነጻ አስቸኳይ ጥሪ ያቀርብልናል፡፡ ማስጠንቀቂያው በሙሴ መሪነት ከግብጽ የወጡ እስራኤላውያንን እንደተመለከተ ሁሉ ለእኛም ‹‹ዛሬ›› ቀርቦልናል፡፡

እስራኤላውያን የአለማመንን አስከፊ ውጤት እንደተቀበሉ ሁሉ፣ እኛም የአለማመንን አስከፊ ውጤት መቀበላችን የማይቀር ነው፡፡

በመጨረሻም ከቁጥር 17 እስከ 19 ባለው የእስራኤልን ውድቀትና ምክንያቱን ሲያመለክት

(17) አርባ ዓመት የተቆጣባቸው እነማን ነበሩ? ሬሳቸው በምድረ በዳ የወደቀው ኃጢአትን ያደረጉት እነርሱ አይደሉምን?
(18) ካልታዘዙት በቀር ወደ ዕረፍቱ እንዳይገቡ የማለባቸው እነማን ነበሩ?
(19) ባለማመናቸው ጠንቅ ሊገቡ እንዳልተቻላቸው እናያለን፡፣

ይህ ‹‹ባለማመናቸው ጠንቅ›› የሚለውን መደምደሚያ ቃል ልብ ማድረግ አለብን፡፡ እነዚያ እስራኤላውያን በዝሙት፣ በጣኦት አምልኮ በማጉረምረምና በዓመጽ እግዚአብሔርን በድለዋል፡፡ ይሁን እንጂ ወደተስፋይቱ ምድር እንዳይገቡ ጠንቅ የሆናቸው አለማመን ነበር፡፡ አለማመን የሌሎች ኃጢአቶች ሁሉ ምንጭ ነው፡፡

እውነተኛ እምነት በእግዚአብሔር ባሕርይ ላይ የሚደገፍ መሆኑን ከተገነዘብን ይህን መረዳት አያዳግትም፡፡ በእግዚአብሔር መልካምነት ጥበብና ኃይል ጽኑ እምነት ካለን ላለመታዘዝ ምንም ምክንያት ሊኖረን አይችልም፡፡ በማንኛውም ሁኔታ እግዚአብሔር መልካም መሆኑን ካመንን፣ ለእኛ ያለው ሀሳብ ሁሉ መልካም መሆኑን ከተገነዘብንና መልካሙን ሊያደርግልን ኃይልም ጥበብም

እንዳለው ከተረዳን፣ ላለማመን ወይም ለጥርጥር ምንም ስፍራ ሊኖረን አይችልም፡፡ ማንኛውም ዓመጽ የሚመነጨው ካለማመን የተነሳ ነው የምንለውም በዚህ ምክንያት ነው፡፡

ስለእግዚአብሔር ያለን አመለካከት ከሁለት በአንዱ ውስጥ ይካተታል፡፡ ማመን ወይም አለማመን፡፡ ማመን ከእግዚብሔር ጋር ሕብረትና አንድነት እንዲኖረን ሲያደርግ አለማመን ግን ከእግዚአብሔር ይለየናል፡፡ ማመንና አለማመን በአንድነት ሊኖሩ አይችሉም፡፡ ዕብራውያን 10፡38-39 እንደገና ከነቢዩ ዕንባቆም በመጥቀስ ሁለት ምርጫ ያቀርብልናል፡፡

(38) ጻድቅ በእምነት ይኖራል፣ ወደኋላም ቢያፈገፍግ ነፍሴ በእርሱ
ደስ አይላትም፡፡

(39) እኛ ግን ነፍሳቸውን ሊያድኑ ከሚያምኑት ነን እንጂ ወደ ጥፋት ከሚያፈገፍጉት አይደለንም፡፡

አንድ ጊዜ የእምነት ኑሮን ከጀመርን ወደ ኋላ ማፈግፈግ አይኖርብንም፡፡ የአለማመን ውጤት ድቅድቅ ጨለማና ጥፋት ብቻ ነው፡፡ በጀመርነው የእምነት ጉዞ ወደፊት መቀጠል አለብን፡፡

ማጠቃለያ

አዲስ ኪዳን ስለደህንነትም ሆነ ስለ ጽድቅ የሚያስተምረው ትምህርት «ጻድቅ ግን በእምነት ይኖራል» በሚለው የነቢዩ ዕንባቆም ቃል ላይ የተመሠረተ ነው፡፡ በኢየሱስ ክርስቶስ ስናምን አዲስ፣ መለኮታዊ፣ ዘላለማዊና
የጽድቅ ሕይወትን ከእግዚአብሔር እንቀበላለን፡፡ በሕይወት ለሚገጥሙን የተለያዩ ነገሮች (ሁኔታዎች) እምነትን ባደረግን መጠን ደግሞ ከጊዜ ወደ ጊዜ በእምነት ሕይወት እናድጋለን፡፡

በመጀመሪያ ደረጃ፣ እምነት በጣም ቀላል በሆኑና በዕለታዊ ኑሮዋቻችን ተግባራዊ መሆን አለበት፡፡ በሮሜ ምዕራፍ 14 ጳውሎስ እምነትን ተግባራዊ አድርጎ የሚያቀርበው መብልን በተመለከተ

ሁኔታ ነው፡፡ ምን መበላት እንዳለበት፣ ምን መበላት እንደሌለበት የተለያየ ሀሳብ ያላቸው ሰዎች ያቀርብና በመደምደሚያው - ዋናው ቁም ነገር የምንመገበው ሳይሆን ‹‹ከእምነት መመገብ›› መሆኑን ይገልጻል፡፡

‹‹ከእምነት መመገብ›› የሚከተሉትን ዝርዝር ሁኔታዎች ያጠቃልላል፡፡ በመጀመሪያ ደረጃ፣ የእግዚአብሔር ስጦታ የሆነውን ምግብ ከእርሱ እንቀበላለን፡፡በሁለተኛ ደረጃ፣ ስለተሰጠን ምግብ እግዚአብሔርን እናመሰግናለን፡፡ በሶስተኛ ደረጃ፣ ምግባችን ‹‹ንጹሕ›› ይሆናል፡፡ በአራተኛ ደረጃ፣ ከምግቡ የምናገኘው ጉልበት ለእግዚአብሔር አገልግሎትና ክብር እናውለዋለን፡፡ በየዕለቱ የምንመገበው ምግብ የቅዱስ ቁርባንን ያህል ክቡር የሚሆነውም ከዚህ የተነሣ ነው፡፡ ሌላው እምነትን ተግባራዊ የምናደርግበት ጉዳይ ደግሞ ገንዘብን ወይም በየዕለቱ የሚያስፈልጉንን ነገሮች በሚመለከት ረገድ ነው፡፡ በክርስቶስ የሚገኘው የእግዚአብሔር ጸጋ ጉድለታችንን ሁሉ እንደሚያሟላልን ተስፋ ሰጥቶናል፡፡ ይሁን እንጂ፣ የሚሟላልን በሀብታችን ወይም በንብረታችን ብዛት ሳይሆን በእምነት ብቻ ነው፡፡ ኢየሱስ ገንዘብ ወይም ንብረት ባይኖረውም እንኳ ምንም እጦት አልደረሰበትም፡፡ ምሳሌያችን በመሆኑም ልንከተለው ይገባል፡፡ በሌላ ወገን ደግሞ ሰነፍ፣ እምነተቢስና ኃላፊነት የማይሰማን መሆን እንደሌለብን ተነግሮናል፡፡

የእግዚአብሔርን በረከት እንድንካፈል ከተፈለገም ክርስቲያኖች ራሳቸውን በተናጠል ሳይሆን እንደ አንድ አካል ብልቶች መመልከት ይኖርባቸዋል፡፡ እግዚአብሔር ይህንን እውነት ለእስራኤላውያን ያስተማራቸው በየዕለቱ ይሰጣቸው በነበረው በመና አማካይነት ነበር፡፡ እያንዳንዱ የሚበቃውን እንዲያገኝ፣ ሁሉም ያላቸውን በአንድነት መከፋፈል ነበረባቸው፡፡ የክርስቶስ አካል የሆነችው ቤተክርስቲያንም ይህን ምሳሌ መከተል አለባት፡፡ እርስ በርስ ያለን ሕብረትና አንድነት የተስተካከለ ከሆነ ያለንን ለሌሎች ማካፈል አይከብደንም፡፡ ለሌሎች የምናካፍለውም ይኖረናል፡፡ እርስ በርስ ያለን ሕብረትና አንድነት የተስተካከለ ካልሆነ ግን፣ የሚገባቸውን ስለሚያገኙ አንዳንድ የአካል ብልቶች እንደሚጎዱ ግልጽ ነው፡፡

በመጀመሪያዎቹ ክርስቲያኖች ላይ መንፈስ ቅዱስ ከወረደ በኋላ ምግባቸውንም ሆነ ገንዘባቸውን በአንድነት ይከፋፈሉ እንደነበር ተመልክተናል፡፡ ምግባቸውንም በምስጋናና በአምልኮ መንፈስ ነበር የሚመገቡት፡፡

ከዚህም የተነሣ በመካከላቸው አንድ ችግረኛ አልነበረም፡፡ ምስክርነታቸውን በመመልከታቸውም ብዙዎች በክርስቶስ ያምኑ ነበር፡፡

ወደ እግዚአብሔር መቅረብ የምንችለው በእምነት ብቻ ነው፡፡ እምነትም ምንም መተኪያ የለውም፡፡ ይሁን እንጂ፣ በእግዚአብሔር ሕልውና ማመኑ ብቻ በቂ አይደለም፡፡ በመሠረታዊ ባሕርዩ መልካም መሆኑንም ማመን ይኖርብናል፡፡ እምነታችን ከሥነ- መለኮት ዕውቀት አልፎ ከእግዚአብሔር ጋር ሕብረትና አንድነት እንዲኖረን የሚያደርገውም ያን ጊዜ ብቻ ነው፡፡ የዚህ ዓይነቱ እምነት ለማንኛውም ጉድለታችን ዋስትና ይሆነናል፡፡

አለማመን የኃጢአት ሁሉ መሠረት ነው፡፡ በእግዚአብሔር መልካምነት፣ ጥበብና ኃይል ጽኑ እምነት ቢኖረን ኖሮ ኃጢአትን የማድረግ ዝንባሌ ባልኖረንም ነበር፡፡ የዕብራውያን መልእክት ጸሐፊ እንደሚያመለክተን በሙሴ ተመርተው ከግብጽ የወጡት እስራኤላውያን በምድረ በዳ ወድቀው የቀሩት ባለማመናቸው ነበር፡፡ እኛ ክርስቲያኖችም ባለማመን ጠንቅ እንዳንጠመድ ያስጠነቅቀናል፡፡ ስለእግዚአብሔር ያለን አመለካከት፣ ሁሉ በማመን ወይም ባለማመን ምድብ ውስጥ ይካተታል፡፡ እምነት ወደ እግዚአብሔር ያቀርበናል፡፡ አለማመን ግን ይለየናል፡፡

ምዕራፍ ስድስት
እምነት እንዴት ይመጣል?

ባለፈው ምዕራፍ እግዚአብሔር ከእኛ እምነትን እንደሚፈልግብን ተመልክተናል፡፡ መጽሐፍ ቅዱስ- «ጻድቅ በእምነት ይኖራል... በእምነት ያልሆነ ሁሉ ኃጢአት ነው...፣ ያለእምነት እግዚአብሔርን ደስ ማሰኘት አይቻልም ... ወደ እግዚአብሔር የሚመጣ ሁሉ ማመን አለበት ...» በማለት የእምነትን አስፈላጊነት እየደጋገመ ይናገራል፡፡ ከዚህ በላይ ስለእምነት የተነገሩትን በመመልከት ቅዱሳት መጻሕፍትም እምነትን ለምን በጣም ክቡር ከሆነ ወርቅ ጋር እንዳነጻጸሩት መገንዘብ አዳጋች አይሆንብንም፡፡ እምነትን የሚተካ ምንም ነገር ሊኖር አይችልም፡፡ ያለእምነት ወደ እግዚአብሔር መቅረብ አንችልም፡፡ ያለእምነት እርሱን ደስ ማሰኘት አይቻልም፡፡ ያለእምነት የእርሱን ሕይወት መቀበል አንችልም፡፡

ታዲያ፣ እምነትን ማግኘት የምንችለው እንዴት ነው? እምነት ከቁጥጥራችን ውጭ የሆነ ወይም ልንገልጸው የማንችለው ነገር ይሆን? ወይስ የእምነትን አስፈላጊነት የተናገረው መጽሐፍ ቅዱስ እንዴት እንደሚገኝ የሰጠው ገለጻ ይኖራል?

በዚህ ምዕራፍ በክርስትና ሕይወት ከተረዳሁት ሁሉ የሚበልጠውን ምስጢር እንዴት ለመገንዘብ እንደቻልኩ ላካፍላችሁ እወዳለሁ፡፡ እንደሌሎች ዘላቂነትና ዘላለማዊነት እንዳላቸው እውነቶች ሁሉ ስለእምነት የተማርኩትም በጣም አስቸጋሪና አዳጋች በሆነ መንገድ ነበር፡፡ በመጨረሻም ክቡር ከሆነ ነገር ሁሉ የሚበልጠውን እውነት ተረዳሁ፡፡ እምነት ከየት እንደሚመጣ ተማርሁ፡፡

ብርሃን በድቅድቅ ሸለቆ ውስጥ

በሁለተኛው የዓለም ጦርነት በብሪቲሽ ጦር ሠራዊት ሆስፒታል ውስጥ አገለግል በነበረበት ወቅት፣ ለብዙ ተከታታይ ወራት አደገኛ በሆነ የቆዳ ኢንፌክሽን (ችፌ) ታምሜ ነበር፡፡ ጊዜ አልፎ

ጊዜ በተተካ መጠን በነበረው ማንኛውም መድኃኒት ዶክተሮች ሊረዱኝ እንዳልቻሉ ተረዳሁ፡፡ ክርስቲያን የሆንኩትና በመንፈስ ቅዱስ የተጠመቅሁት በቅርቡ ስለነበር ከእግዚአብሔር ጋር የጠበቀ ሕብረት ነበረኝ፡፡ ለችግሬ መፍትሔ ማግኘት የምችለው ከእርሱ ብቻ እንደሆነ ልቤ ቢያውቀውም እንዴት እንደሆነ ግን እርግጠኛ አልነበርኩም፡፡

እየደጋገምኩ «እምነት ቢኖረኝ ኖሮ እግዚአብሔር እንደሚፈውሰኝ እርግጠኛ ነኝ» በማለት እናገር ነበር፡፡ ከዚህም ጋር አያይዤ «ይሁን እንጂ፣ እምነት የለኝም በማለት እደመድማለሁ፡፡» ይህንን ቃል በተናገርኩ ወይም በአእምሮዬ ባውጠነጠንኩ ቁጥር ደግሞ ራሴን «በተስፋ መቁረጥ ሸለቆ» ውስጥ ነበር የማገኘው፡፡ አዎን ጽልመት የተላበሰ የብቸኝነትና የተስፋ መቁረጥ ሸለቆ በአንድ ቀን ግን ይህን ጽልመት ሰንጥቆ የወጣ ብሩህና ደማቅ ብርሃን በራልኝ፡፡ በዚያ ሰዓት ትራሴን ደገፍ ብዬ አልጋዬ ላይ ሳለሁ የተገለጠ መጽሐፍ ቅዱስ ጉልበቴ ላይ ነበር፡፡ በድንገት ዓይኖቼ በሮሜ 10፡17 እምነት በመስማት ነው፣ መስማትም በእግዚአብሔር ቃል ነው በሚለው ክፍል ላይ አረፉ፡፡

እምነት የሚመጣው እንዴት ነው? እንደገና «እምነት በመስማት ነው፣ መስማትም በእግዚአብሔር ቃል ነው» የሚለውን ቃል አነበብኩ፡፡ መጽሐፍ ቅዱስ የእግዚአብሔር ቃል መሆኑን ተቀብዬአለሁ፡፡ ስለዚህም የእምነት ምንጭ የሆነው መጽሐፍ በእጄ ነው ማለት ነው፡፡ «በመስማት» ነው ማለት ነው? መጽሐፍ ቅዱስ የሚነግረኝንስ የምሰማው እንዴት ነው?

ይህንን ለመረዳት መጽሐፍ ቅዱሴን ከመጀመሪያው አንስቼ ማንበብ ጀመርኩ፡፡ ስለፈውስ፣ ስለጤንነት፣ ስለአካላዊ ብርታትና ረጅም ዘመን ስለመኖር ወይም ስለዕድሜ ባለጸግነት የሚናገሩትን ክፍሎች በሰማያዊ ከለር አሰምርባቸው ነበር፡፡ ይህን ማድረጉ አልፎ አልፎ አስቸጋሪ ቢሆንብኝም እንኳ በውሳኔዬ ጸናሁ፡፡ መጽሐፍ ቅዱስ ስለነዚህ ጉዳዮች ብዙ የሚሰጠው ገለጻ እንዳለው በመረዳቴም በጣም ተገረምኩ፡፡ በዚህ ሁኔታ እያነበብኩ ከሁለት ወር በኋ ላ መጽሐፈ ምሳሌ ላይ ደረስኩ፡፡በአራተኛው ምዕራፍ ላይ አስተሳሰቤን

የሚማርኩ ሶስት ተከታታይ ጥቅሶች በማየቴ በሰማያዊ ከለር ምልክት አደረግሁባቸው፡፡

(20) ልጄ ሆይ፣ ንግግሬን አድምጥ ወደቃሌም ጆሮህን አዘንብል፡፡

(21) ከዓይንህ አታርቃት፣ በልብህ ውስጥ ጠብቃት፡፡

(22) ለ ሚያገኙአት ሕይወት ለሥጋቸውም ሁሉ ፈውስ ነውና (ምሳሌ 4፡20-22)

እነዚህን ቃላት ሳሰምርባቸው እያለሁ የመልእክታቸው ትርጉም እጅግ ግልጽ ሆኖ ታየኝ፡፡ ‹‹ልጄ ሆይ ...›› የሚናገረው እግዚአብሔር ነው፣ የሚናገረውም በቀጥታ ለእኔ ነው፡፡ የእርሱ ቃል ‹‹ለሥጋዬ ፈውስ እንደሚሆነኝ እየተነገረኝ ነው፡፡ ለሥጋዊ ፈውስ ከዚህ በተሻለ ሁኔታ እንዴት ሊናገረኝ ይችላል? ‹‹ፈውስ›› እና ‹‹ሕመም›› ተቃራኒ ናቸው፡፡ አንዱ ባለበት ሌላው ሊኖር አይችልም፡፡ ሥጋዬ ጤነኛ ከሆነ በሽተኛ አይደለም ማለት ነው፡፡

አንድ ሌላ የመጸሐፍ ቅዱስ ትርጉም ደግሞ ፈውስ በሚለው ቃል ምትክ የሚጠቀመው ‹‹መድኃኒት›› የሚለውን ቃል ነው፡፡ የእግዚአብሔር ቃል ለበሽተኛው ሥጋዬ መድኃኒት ሊሆነኝ ይችል ይሆን? ከብዙ ማውጣትና ማውረድ በ ኋላ የእግዚአብሔር ቃል ለሕመምተኛው ሥጋዬ መድኃኒት ይሆን እንደሆነ ለመሞከር ወሰንኩ፡፡ እኔው ራሴ ባቀረብኩት ሀሳብ መሠረት ማንኛውንም መድሀኒት መውሰዴን አቋረጥኩና የእግዚአብሔርን ቃል ብቻ እንደመድኃኒት መውሰድ ጀመርኩ፡፡ በጊዜው እሰራ የነበረው ሆስፒታል ውስጥ እንደመሆኑ መጠን መድኃኒት የሚወሰደው በቀን ሶስት ጊዜ እንደነበር አውቃለሁ፡፡ እኔም የእግዚአብሔርን ቃል የምወስደው በቀን ሶስት ጊዜ ነበር፡፡

ልክ ይህንን ውሳኔ ሳደርግ እግዚአብሔር ‹‹ዶክተሮች ለአንድ ሕመምተኛ መድኃኒት ሲያዙ ስለመድኃኒቱ አወሳሰድ መመሪያ ይሰጣሉ፣ ይህ ለአንተ መድኃነት ነው፣ መመሪያዎቹም ተሰጥተዋል፣ በጥንቃቄ አንብባቸው›› በማለት ለልቦናዬ ተናገረኝ፡፡

የተናገረው በልቦናዬ ቢሆንም ከታላቁ እርግጠኛነት የተነሳ በጆሮዬ ያዳመጥኩ ነበር የመሰለኝ፡፡

እንደገና እነዚያን ቃላት በጥንቃቄ ተመለከትኳቸው፡፡ የእግዚአብሔርን መ ድኃኒት ለሚወስዱ ሰዎች የተሰጠን አራት መመሪያ ተረዳሁ፡፡

የመጀመሪያው መመሪያ «ንግግሬን አድምጥ» የእግዚአብሔርን ቃል ሳነብ ሀሳብ መከፋፈል ወይም መበታተን የለበትም፡፡ በሙሉ ልቦናዬ መሆን አለበት፡፡

ሁለተኛው መመሪያ፣ «ጆሮህን አዘንብል ...» ለአንድ ነገር ጆሮዬን የማዘነብለው ትሑትና ለመማር ፈቃደኛ ስሆን ብቻ ነው፡፡ ነቀፋን ከዚያ በፊት የነበረኝን አስተሳሰብና የተሳሳተ ዝንባሌ ከአእምሮዬ ማውጣት አለብኝ፡፡ እግዚአብሔር የሚነግረኝን በንጹሕ አእምሮ መቀበል አለብኝ፡፡

ሶስተኛው መመሪያ፣ «ከአይንህም አታርቃት ...» ዓይኖቼ በእግዚአብሔር ቃል ላይ ማረፍ አለባቸው፡፡ በእግዚአብሔር ቃል ላይ ባልተመሠረተ መጻሕፍትም ሆነ ጽሑፎች ላይ ማረፍ አይኖርባቸውም፡፡ ወዲያ ወዲህ መቅበዝበዝ ወይም እምነቴን የሚያናጉ ወይም የሚያዳክሙ ነገሮችን መመልከት አይኖርባቸውም፡፡

አራተኛ መመሪያ፣ «በልብህም ውስጥ ጠብቃት ... » ዕለት ዕለት ቃሉን ማንበብ፣ ማጥናትና ማሰላሰል አለብኝ፡፡ ልቤ የሕይወቴ ምንጭ ነው፡፡ የሕይወቴ ምንጭ በእግዚአብሔር ቃል መሞላት አለበት፡፡

ይህን ማድረግ ከጀመርኩ ጥቂት ወራት በ ኋላ በጤንነቴ ያገኘሁትን ለውጥ ለመግለጽ ራሱ ሌላ መጽሐፍ ያስፈልገኛል፡፡

ምድር ጦሩ ከግብጽ ወደ ሱዳን አዛወረኝ፣ ሱዳን በአፍሪካ ውስጥ የከፋ የአየር ሁኔታ ያላት አገር ናት፡፡ አንዳንድ ጊዜ የሙቀቱ መጠን እስከ 127 ዲግሪ ፋራናይት ይደርሳል፡፡

ከመጠን በላይ የሆነው ሙቀት ደግሞ የቆዳዬን ሁኔታ ለማባባስ የራሱ አስተዋጽኦ አለው፡፡ በዙሪያዬ ያለው ሁኔታ ጤንነቴን የሚያባብስ ነበር፡፡ ከዚያ በፊት ምንም ሕመም የማያውቃቸው ሰዎች እንኳ ይታመሙ ነበር፡፡ በዚህ ሁሉ የእግዚአብሔር የተስፋ ቃል የሚፈጸመው የሚጠብቀውን በማሟላት እንጂ በውጫዊ ሁኔታ መስተካከል ወይም አለመስተካከል አለመሆኑን ስለማምን መድኃኒቴን በቀን ሶስት ጊዜ መውሰዴን ቀጠልኩ፡፡ ቁርሴን፣ ምሳዬንና ራቴን ከበላሁ በኋላ መጽሐፍ ቅዱሴ ላይ አንገቴን ዘንበል አድርጌ ጌታ ሆይ፣ ይህ ቃልህ ለሥጋዬ ሁሉ መድኃኒት እንደሚሆነኝ ተናግረሀል፣ ስለዚህ ይህን መድኃኒት በጌታ በኢየሱስ ስም እወስዳለሁ በማለት እጸልያለሁ፡፡

እንደ እውነቱ ከሆነ ቅጽበታዊ ወይም አስገራሚ ለውጥ አላየሁም፡፡ ተአምር የምለው ሁኔታም አልገጠመኝም፡፡ ይሁን እንጂ ሱዳን ሶስት ወር ያህል ከቆየሁ በኋላ እንደተነገረላቸው ሁሉ መድኃኒቶቼ ውጤት እንዳስገኙ ተገነዘብኩ፡፡ ሙሉ በሙሉ ጤነኛ ሆንኩ፡፡ ልክ ቃሉ እንደተናገረው ሁሉ ለሥጋዬ ፈውስ ሆነኝ፡፡ ይህ ሁኔታ ከተፈጸመ ዛሬ (ይህ መጽሐፍ በተጻፈበት ወቅት) ሰላሳ አምስት ዓመታት አልፈዋል፡፡ እጅግ በጣም አነስተኛና በጣት የሚቆጠር አጋጣሚ ካልሆነ በቀር ፍጹም ጤነኛ ነኝ፡፡ ዛሬ እነዚህን አመታት በትዝታ ሳስባቸው አሁን እንኳ ቢሆን በሥጋዊ ሕይወቴ በመሠራት ላይ ያለው ኃይል ከሰው አእምሮ በላይ ከሆነ የሕይወት ምንጭ ያገኘሁት ኃይል እንደሆነ አስባለሁ፡፡

ሎጎስ እና ሬማ

ፈውስንና ጤናን ለማግኘት ስላበቁኝ አንዳንድ እርምጃዎች በመጠኑም ቢሆን ገልጬአለሁ፡፡ ይህን በማድረጌም ዋናው ዓላማዬ ስለእግዚአብሔር ቃል ባሕርይ ለማስረዳት ተጨማሪ ድጋፍ ይሆናል በማለት ነበር፡፡ አዲስ ኪዳን በተጻፈበት ጥንታዊ ግሪክ ቋንቋ ሁለት የተለያዩ ቃላት አሉ፣ አማርኛችን ግን ሁለቱንም ‹‹ቃል›› በማለት

ይተረጉማቸዋል፡፡ የመጀመሪያው ሎጎስ ሲሆን ሁለተኛው ደግሞ ሬማ ነው፡፡ አንዳንድ ጊዜ አንድ ዓይነት ሁኔታን ለመግለጽ ሁለቱንም ቃላት በማፈራረቅ መጠቀም ይቻላል፡፡ ይሁን እንጂ እያንዳንዱ ቃል ራሱን የቻለና ከሌላው ልዩ የሚያደርገው ትርጉም አለው፡፡ ሎጎስ በቃል ወይም በጽሑፍ ብቻ የሚወሰን ቃል አይደለም፡፡ በአእምሮ ውስጥ የሚከናወኑ ክስተቶችንም ይጨምራል፡፡ አንድ የግሪክኛ መዝገበ ቃላት ይህን ቃል ‹‹በአንደበት ወይም በቃላት የሚገለጽ የአእምሮ ኃይል›› በማለት ገልጾታል፡፡ ስለዚህም ሎጎስ የማይሻረውና የማይለወጠው የእግዚአብሔር ቃል ነው፡፡ ዓለም ከመፈጠሩ ዘመን ከመቆጠሩ በፊት የነበረ ዘመን ከተፈጸመ በሃላም የሚኖር የእግዚአብሔር ምክር ነው፡፡ ስለዚህም ነው በመዝሙር 119፡89 ዳዊት ‹‹አቤቱ ቃልህ በሰማይ ለዘላለም ይኖራል›› በማለት የተናገረው፡፡

ስለዚህ መለኮታዊ ሎጎስ (ቃል) ነበር፡፡በምድር የሚደረገው ማንኛውም ነገር ሁሉ ይህን ፡ ሰማያዊ ቃል ሊሽረው ወይም ሊለውጠው አይችልም፡፡ በሌላ ወገን ደግሞ ሬማ የሚለው ቃል የሚወጣው ‹‹ተናገረ›› ከሚለው ግሥ ሲሆን ትርጉሙም በጊዜና በስፍራ የተከናወነ የተነገረ ቃል ማለት ነው፡፡

ጳውሎስ በሮሜ 10፡17 ላይ ‹‹እምነት ከመስማት ነው መስማትም በእግዚአብሔር ቃል ነው›› ሲል የተጠቀመው ሬማ በሚለው እንጂ ሎጎስ በሚለው ቃል አልነበረም፡፡ ለዚህም ተጨማሪ ማስረጃ የሚሆነን ‹‹ቃል›› ከመስማት ጋር አብሮ መጠቀሱ ነው፡፡ አንድ ቃል እንዲሰማ አስቀድሞ መነገር አለበት፡፡

መጽሐፍ ቅዱሴን ጉልበቴ ላይ አድርጌ በነበረበት ወቅት ለሥጋዊ ዓይኔ የሚታየው በቀለማት የተዥጎረጎረ ነጭ ወረቀት ብቻ ነበር፡፡ በዚህ በምሳሌ ምዕራፍ 4 ስለ ሥጋ ፈውስ የሚናገሩትን ቃላት በማይበት ጊዜ ግን በነጭ ወረቀት ላይ የተጻፉት ቃላት ብቻ ሆነው አላገኘኋቸውም፡፡ መንፈስ ቅዱስ ለቃላቱ ሕይወት ሰጣቸው፡፡ በጊዜው ለነበረኝ ችግር መልስ እንዲሆኑኝም አደረጋቸው፡፡ ቃላቱ በዓይኔ ብቻ የምመለከታቸው ፊደሎች መሆናቸው ቀርቶ

በዕዝነ ልቦናዬ የምሰማው ድምጽ ወይም ሬማ ሆኑልኝ፡፡ እግዚአብሔር ራሱ ለግሌ ተናገረኝ፡፡ ቃላቱም እምነት ፈጠሩልኝ፡፡

ይህም ጳውሎስ በ2ኛ ቆሮንቶስ 3፡6 «ፊደል ይገድላልና መንፈስ ግን ሕይወትን ይሰጣል» በማለት ከተናገረው ጋር ይስማማል፡፡ መንፈስ ቅዱስ ለቃሉ ሕይወትን ካልሰጠው በቀር ሬማ ሊኖር አይችልም፡፡ የእግዚአብሔር ምክርና ሀሳብ በመጸሐፍ ቅዱስ ተገልጸአል፡፡ ይህም ሎጎስ ይባላል፡፡ ይሁን እንጂ ይህ የእግዚአብሔር ሀሳብና እቅድ እጅግ ሰፊ በመሆኑ በግል ሕይወታችን እንደሚገባ ልናጤነው ወይም ልንረዳው አንችልም፡፡ ከግል ሕይወታችን ጋር ሊዛመድ ወይም ለግል ሕይወታችን መልእክት ሊኖረው የሚችለው ሬማ ሲሆን ብቻ ነው፡፡ የእግዚአብሔር ቃል መልእክት የሆነኝ በሬማ መልክ በመምጣቱ ነበር፡፡

እግዚአብሔር ይህን በመሰለ ሁኔታ መንፈሳዊ መልእክት ለልባችን ይናገራል፣ ይሁን እንጂ ፈቃዱ የእግዚአብሔር ብቻ ነው፡፡ ጳውሎስ በሮሜ 3፡27 እንደሚገልጸው ትምክህት በእምነት ሕግ ተወግዶአል፣ ስለዚህም ምንም የምንመካበት አይኖረንም፡፡ ከራሳችን ይልቅ የሚሻለንን የሚያውቅ እግዚአብሔር ነው፡፡ ስለዚህም እርሱ በፈቀደው ጊዜና ሁኔታ ሬማ ይሰጠናል፡፡ መንፈስ ቅዱስ ለቃሉ (ሎጎስ) ሕይወት ሲሰጠው ያን ጊዜ ለልባችን መልእክት ይኖረዋል፡፡ ይህን በመሰለ ሁኔታ ነው የእግዚአብሔርን ቃል የምንሰማው፡፡ የእግዚአብሔርን ቃል በመስማታችን እምነት እናገኛለን፡፡

በዚህ ሁኔታ እምነትን የምናገኝ ከሆነ ከእኛስ የሚጠበቀው ምንድነው? እምነት እንዴት እንደሚመጣ ጌታ እንደተናገረኝ ገልጨአለሁ፡፡ አሁን ደግሞ ከእኛ የሚጠበቀውን ልንገልጽላችሁ እወዳለሁ፡፡

1. ሀሳባችንን ሳንከፋፍል መንፈስ ቅዱስ የሚነግረንን በጥንቃቄ ለማድመጥ ጆሮአችንን ማዘንበል አለብን፡፡ ጽኑ ውሳኔ ካደረግህ ሀሳብህን የሚበታትኑ ነገሮችን ማሸነፍ ትችላለህ፡፡

2. ትሑትና ከእግዚአብሔር ለመማር የተዘጋጀን መሆን አለብን፡፡ ትችትንና አስቀድሞ የነበረንን አስተሳሰብ አስወግደን በቀጥታ እግዚአብሔር የሚያስተምረንን ለመቀበል ፈቃደኛ ልንሆን ይገባል፡፡

3. አይኖቻችን እግዚአብሔር በሰጠን ቃል ላይ ማተኮር አለባቸው፡፡ እግዚአብሔር ከተናገረን ቃል ጋር የሚቃረኑ ሀሳቦችን መቀበል የለብንም፡፡

4. ዓይኖቻችን ቃሉ ላይ እንዲያተኩሩ ማድረግ በማንችልበት ጊዜ በልቦናችን ማሰላሰል አለብን፡፡ በዚህ ሁኔታ ቃሉ ከሕይወታችን ከመዋሐዱ ሌላ የተለየ የሕይወት ገጽታችንን መቆጣጠር ይችላል፡፡

ሬማ የሚሰጠን በማያሻማና ግልጽ በሆነ ሁኔታ ነው፡፡ ሬማ የሚሰጠን በሌላ ሰው አማካይነት ሳይሆን ለግላችን ነው፡፡ ይህንንም በሆስፒታል ውስጥ በነበርኩበት ጊዜ ካ ገኘሁት ልምድ ምሳሌነት ልንመለከተው እንችላለን፡፡ እግዚአብሔር ግልጽ በሆነ ሁኔታ ለግሌ ተናገረኝ፡፡ ፈውስን እንዴት እንደማገኝ ገለጸልኝ፡፡ እኔም እርሱ የተናገረኝን ቃል አምኜ የምወስደውን መድኃኒት አቋረጥኩ፡፡ እግዚአብሔር ለሰጠኝ መመሪያ በመታዘዜም ፍጹም ፈውስን አገኘሁ፡፡ይሁን እንጂ በተናገረኝ ሁኔታ ለሌላውም ይናገራል ብሎ ማሰብ ስሕተት ነው፡፡ ለእኔ ለራሴ እንኳ ዛሬ በተናገረኝ መንገድ ነገ ወይም ሌላ ቀን ላይናገረኝ ይ ችላል፡፡ ከዚህ በኋ ላ እንኳን አልፎ አልፎ በታመምኩበት ጊዜ እግዚአብሔር ከሰጠኝ ምሪት ጋር ተመሳሳይነት እንዳልነበረው ተረድቼአለሁ፡፡ በአንድ አጋጣሚ ደግሞ በዶክተሮች የተረዳሁበት ጊዜ አለ፡፡

ሬማ የሚመጣው በቀጥታ ከእግዚአብሔር ሲሆን መልእክቱም የሚሰጠን በግል ነው፡፡ ለተወሰነ ሁኔታ፣ ለተወሰነ ጊዜና ስፍራ የሚሆን መልእክት አለው፡፡ ከእግዚአብሔር ጋር ያለንን ሕብረት ያሳድጋል፡፡ ለተጠራንበት ዓላማ እግዚአብሔር በየግላችን የሚናገረን በሬማ አማካይነት ነው፡፡ ለአንድ ሰው የተሰጠው ሬማ

ለሌላው ሊሆን አይችልም፡፡ በአንድ ወቅት ያገኘነው ሬማ ለሌላ ሁኔታ ላይሆን ይችላል፡፡

ኢየሱስ በምድረ በዳ በተፈተነበት ወቅት ለሰይጣን በሰጠው መልስ ‹‹ሰው በእንጀራ ብቻ መኖር አይችልም፡፡ ዋናው ነገር የእግዚአብሔርን ቃል (ሬማ) መቀበልና በእርሱም እየተመሩ መኖር ነው አለ፡፡ (ሕያው ቃል) ይህም ሕይወታችን ም ን ያህል እለት በእለት በሬማ መመራት እንደሚኖርበት ያመለክታል፡፡

በየጊዜው በመንፈስ ቅዱስ አማካይነት ከእግዚአብሔር ሬማ (ቃል) ማግኘት አለብን፡፡ ይህ የየዕለት ምግባችን መሆን አለበት፡፡ ጻድቅ በእምነት ይኖራል ተብሎአል፡፡ ይህ እምነት የሚመጣው ደግሞ እለት እለት በእግዚአብሔር ስንታመንና ከእርሱም በሚሰጠን ሬማ ስንመራ ነው፡፡ በሬማና በሎጎስ መካከል ያለውን መቀራረብ በሚከተለው ሁኔታ ልናቀርበው እንችላለን፡፡

ሎጎስን በአስፈላጊው ጊዜ መልእክት እንዲኖረው የሚያደርግ ሬማ ነው፡፡ ሎጎስን ልንረዳው በምንችለው መንገድ የሚያቀርብልን ሬማ ነው፡፡ ሎጎስ በሕይወታችን ተፈጻሚነት እንዲኖረው የሚያደርገን ሬማ ነው፡፡

ሎጎስን ግልጽና በማያሻማ ሁኔታ ለሕይወታችን መልእክት እንዲኖረው የሚያደርግ ሬማ ነው፡፡ ሎጎስ ከሕይወታችን ጋር ሊዋሀድ በሚችልበት መንገድ የሚያቀርብልን ሬማ ነው፡፡

በዳቦ ክፍልፋይ ኢየሱስ ብዙ ሕዝብን መመገቡን በቅዱሳት መጻሕፍት ተገልጾአል፡፡ እያንዳንዱ የዳቦ ክፍልፋይ የግለ-ሰቦችን ችግር እንዳቃለለ ሁሉ ለየግላችን የሚሰጠን ሬማም እንዲሁ በግል ላለብን ችግር ዓይነተኛ መፍትሔ ይሆናል፡፡

ከሰማይ ወደ ምድር

በኢሳያስ 55፡8-13 ነቢዩ በሎጎስና በሬማ መካከል ያለውን ግንኙነት በሚከተለው ሁኔታ ገልጾታል፡፡

(8) አሳቤ እንደ አሳባችሁ መንገዳችሁም እንደመንገዴ
አይደለም ይላል እግዚአብሔር፡፡

(9) ሰማይ ከምድር ከፍ እንደሚል እንዲሁ መንገዴ ከመንገዳችሁ
አሳቤም ከአሳባችሁ ከፍ ያለ ነው፡፡

(10) ዝናብና በረዶ ከሰማይ እንደሚወርድ፣ ምድርንም እንደሚያረካት፣ ታበቅልና ታፈራም ዘንድ እንደሚያደርጋት፣ ዘርንም ለሚዘራ እንጀራንም ለሚበላ እንደሚሰጥ እንጂ ወደ ሰማይ እንደማይመለስ፣

(11) ከአፌ የሚወጣው ቃሌ እንዲሁ ይሆናል የምሻውንም ያደርጋል የላክሁትንም ይፈጽማል እንጂ ወደ እኔ በከንቱ አይመለስም።

(12) እናንተም በደስታ ትወጣላችሁ በሰላምም ትሸኛላችሁ ተራሮችና ኮረብቶች በፊታችሁ እልልታ ያደርጋሉ፣ የሜዳም ዛፎች ሁሉ ያጨበጭባሉ።

(13) በእሾህም ፋንታ ጥድ፣ በኩርንችትም ፈንታ ባርሰነት ይበቅላል
ለእግዚአብሔር መታሰቢያና ለዘላለም የማይጠፋ ምልክት ይሆናል፡፡

ከዚህ ክፍል ስለሁለት የተለያዩ ነገሮች እንመለከታለን፡፡ እነዚህ ሁለት የተለያዩ ነገሮች ምድራዊና ሰማያዊ ናቸው፡፡ በሰማይ የእግዚአብሔር አሳብ፣ ምክርና መንገድ ለዘላለም ይኖራል፡፡ በምድር ደግሞ የሰው አሳብና መንገድ ከእግዚአብሐር ጋር ሲነጻጸር በጣም ደካማና ፍጹምነት የጎደለው ነው። ሰው የእግዚአብሔርን አሳብና መንገድ ማወቅ አይችልም፡፡ እጅግ ከፍ ያለ በመሆኑ ሊረዳው ወይም ሊገነዘበው አይችልም፡፡ ይሁን እንጂ እግዚአብሔር የራሱን አሳብና መንገድ ለሰዎች የሚያሳውቅበት ሁኔታ አዘጋጅቶአል፡፡ ዝናብና በረዶ ከሰማይ ወርደው ምድርን ፍሬና ልምላሜ እንድትሰጥ

እንደሚያደርጉ ሁሉ ከእግዚአብሔር አፍ የሚወጣውም ቃል እንዲሁ የእግዚአብሔርን ፈቃድ ይፈጽማል፡፡

በማቴዎስ 4፡4 ላይ ኢየሱስ «ሰው ከእግዚአብሔር አፍ በሚወጣ ቃል እንጂ በእንጀራ ብቻ አይኖርም» በማለት የተናገረለትም ስለዚሁ ቃል ነበር፡፡ ይህ ከሰማይ የሚመጣ ሎጎስ ነው፡፡ ላለንበት ሁኔታና ችግር መፍትሔ የሚሆነን የእግዚአብሔርን መንገድና አሳብ አሳውቆናል፡፡ ከተቀበልነውና ከታዘዝነው ሬማ በሕይወታችን ፍሬ እንዲያፈራ ያደርጋል፡፡ በደስታ የምንወጣውም ሆነ በሰላም መንገድ የምንመራው በሬማ አማካይነት ነው፡፡ በእሾህ ፋንታ ጥድ፣ በኩርንችትም ፋንታ ባርሰነት የሚበቅልልን በሬማ አማካይነት ነው፡፡ ኩርንችት የሰው መንገድና አሳብ ምሳሌ ነው፡፡ ከእግዚአብሔር አፍ በሚወጣው ሬማ የምንመራ ከሆነ ሕይወታችን ጥድና ባርሰነት ያበቅላል እንጂ እሾህና ኩርንችት አያበቅልም፡፡

(ባርሰነት፣ ቅጠሉ ጥሩ ሽታ ያለው ዛፍ፣ እንደ አደስ ከቅቤ ጋር ተለውሶ ይቀባል፡፡) (የአማርኛው መፅሐፍ ቅዱስ መዝገበ ቃላት ፍች)

የዳዊትና የማርያም ምሳሌነት

ሬማ እንዴት እንደሚመጣና ስለሚያስገኘው ውጤት ለመረዳት ሁለት ምሳሌዎችን እንመለከታለን፡፡ የመጀመሪያው ምሳሌ ከብሉይ ኪዳን ሲሆን የተነገረውም ስለ ዳዊት ነው፡፡ ሁለተኛው ምሳሌ ደግሞ ከአዲስ ኪዳን ሲሆን የሚናገረውም ስለድንግል ማርያም ነው፡፡

በመጽሐፈ ዜና መዋዕል ቀዳማዊ ምዕራፍ 17 ላይ ዳዊት የእስራኤል ንጉስ ሆኖ መሾሙን እንመለከታለን፡፡ በጊዜው እጅግ በልጽጎና ጠላቶቹን ሁሉ ድል አድርጎ ስለነበር፣ ተመቻችቶ ተቀምጦ ነበር፡፡ እርሱ የነበረበትን የአማረና የተዋበ ቤተ መንግሥት የእግዚአብሔር ታቦት ከነበረበት ድንኳን ሲያስተያይ በጣም አዘነ፡፡ ስለዚህም ለእግዚአብሔር ታቦት ታ ላቅ ቤተመቅደስ ለመስራት ወሰነ፡፡ የልቡንም ሀሳብ ለነቢዩ ናታን ባጫወተው ጊዜ ነቢዩ ቤተመቅደሱን እንዲሰራ አበረታታው፡፡ በሚቀጥለው ሌሊት ግን

እግዚአብሔር ለነቢዩ ናታን የተለየ መልእክት ሰጠው፡፡ መልእክቱም «... የምኖርበት ቤት አትሰራልኝም...» በማለት ይደመድማል፡፡ (ቁጥር 4-10) ይህ ታሪክ የእግዚአብሔር አሳብና መንገድ ከሰው አሳብና መንገድ ምን ያህል የተራራቀ እንደሆነ ያመለክታል፡፡ ዳዊት ለ እግዚአብሔር ቤተ መቅደስ ለመሥራት ማሰቡ ክፉ ባይሆንም የእግዚአብሔር ፈቃድ ግን አልነበረም፡፡ የእግዚአብሔር ዓላማ ዳዊት ቤት እንዲሰራለት ሳይሆን እርሱ ለዳዊት ቤት እንዲሰራለት ነበር፡፡ ዳዊት ቤት ሲል ጊዜያዊ ቤት ማለቱ ነበር፡፡ እግዚአብሔር ቤት ሲል ግን ከትውልድ ወደ ትውልድ የሚተላለፍ የነጋሲነት ሥልጣን ማለቱ ነው፡፡

ነቢዩ ናታን በቀጥታ ከእግዚአብሔር የተሰጠውን ሬማ ለዳዊት አመጣለት፡፡ የእግዚአብሔርን መልእክት ከሰማ በሀዋላ ዳዊት በእግዚአብሔር ፊት ተቀመጠ፡፡ ዳዊት በእግዚአብሔር ፊት የተቀመጠው ለምን ይመስላችኋል? ዳዊት በእግዚአብሔር ፊት ጸጥ ብሎ የተቀመጠው የራሱን እቅድና መንገድ ትቶ የእግዚአብሔርን እቅድና መንገድ ለመከተል ነው፡፡ ለዚህም ጸጥ ብሎ በእግዚአብሔር ማረፍ አስፈለገው፡፡ የእግዚአብሔርን ቃል ለማሰላሰል ጊዜ በማግኘቱ ቃሉ ወደ ውስጣዊ ልቡ መዝለቅ ቻለ፡፡ በዚያው በእግዚአብሔር ፊት በጸጥታ ተቀምጦ እያለ ዳዊት «... አቤቱ፥ ስለ ባርያህና ስለቤቱ የተናገርከው ለዘላለም የጸና ይሁን፣ እንደተናገርህም አድርግ» በማለት ጸለየ፡፡ (ቁ.23)

«እንደተናገርህም ...» የሚለው ቃል ሬማ ነው፡፡ ይህ ሬማ ከሰማይ ለዳዊት የተሰጠ መልስ ነበር፡፡ ዳዊት የእግዚአብሔርን አሳብና መንገድ የተረዳው በሬማ አማካይነት ነው፡፡ እግዚአብሔር ለተናገረው ቃል «እንደተናገርህም አድርግ» ብሎ መጸለዩ እግዚአብሔር በተናገረው ቃል ማመኑን ያሳያል፡፡ እግዚአብሔር በትክክል እንደተናገረን እርግጠኛ ከሆንን የተናገረው ቃል መፈጸም እንደሚቻለው እንዴት መጠራጠር ይቻላል? የእርሱን ፈቃድ የሚቃወም ምን አይነት ምድራዊ ወይም ሰማያዊ ኃይል ሊኖር ይችላል?

አሁን ደግሞ ከዳዊት የዘር ሐረግ የምትወለድና በናዝሬት ከተማ ትኖር ስለነበረች ማርያም ስለተባለች ድንግል እንመልከት፡፡ መልአኩ በቀጥታ ከእግዚአብሔር የተላከ መልእክት ይዞላት መጣ፡፡ እንዲህም አላት፡፡

(31) «እነሆ ትፀንሻለሽ ወንድ ልጅም ትወልጃለሽ፣ ስሙንም ኢየሱስ
ትይዋለሽ፡፡
(32) እርሱ ታላቅ ይሆናል የልዑል ልጅም ይባላል፣ ጌታ አምላክም
የአባቱን የዳዊትን ዙፋን ይሰጠዋል፡፡
(33) በያዕቆብ ቤትም ላይ ለዘላለም ይነግሳል፣ ለመንግሥቱም መጨረሻ
የለውም፡፡ (ሉቃስ 1፡31-33)

ይህ እንዴት ሊሆን እንደሚችል ማርያም መልአኩን በጠየቀችው ጊዜ «ለእግዚአብሔር ምንም የሚሳነው የለም፡፡ አላት፡፡ (ሉቃስ 1፡37) አዲስ ኪዳን መጀመሪያ በተጻፈበት በጥንታዊ ግሪክ ቋንቋ ስንመለከተው ይህ ምንም የሚለው ቃል «ምንም» ቃል ወይም «ምንም ቃል» ወይም «ምንም ሬማ» ከሚለው የተተረጎመ ነው፡፡ በሌላ አቀራረብ መልአኩ የተናገራት ከእግዚአብሔር አፍ የወጣ ቃል (ሬማ) ማድረግ የሚያቅተው ቃል የለም ማለት ነው፡፡

መልአኩ ከእግዚአብሔር አፍ የወጣ ሬማ ለማርያም አመጣላት፡፡ ማርያምም ያንን ቃል ወይም ሬማ መቀበል ነበረባት፡፡ ስለዚህም እነሆኝ የጌታ ባሪያ እንደቃልህ ይሁንልኝ አለች፡፡ (ሉቃስ 1፡38) እግዚአብሔር የተናገረው ቃል በሕይወትዋ መፈጸም የቻለውም ከዚህ እምነትዋ የተነሳ ነው፡፡ ስለዚህም ከማሕፀንዋ ዘላለማዊው የእግዚአብሔር ልጅ ሊወለድ ቻለ፡፡ ይህም በታሪክ ከተከሰቱ አስናቂ ሁኔታዎች ከፍተኛ ግምት የሚሰጠው ነው፡፡

ዳዊት ከእግዚአብሔር የመጣለትን ሬማ «... እንደተናገርህ አድርግ» ብሎ እንደተቀበለ ሁሉ፣ ማርያምም «እንደ ቃልህ ይሁንልኝ» በማለት ነበረ የተቀበለችው፡፡ የተሰጣቸውም ቃል

በሕይወታቸው ታላቅ ተአምርን ያስገኘው በዚህ ሁኔታ ስለተቀበሉት ነበር፡፡

አንዳንድ ሰዎች ኢየሱስ ከማሕፀንዋ ሊወለድ የቻለው ከእግዚአብሔር የመጣላትን ሬማ (ቃል) በእምነት በመቀበልዋ ነው በማለት ያስቡ ይሆናል፡፡ ይህ እውነት ነው፡፡ ኤልሳቤጥ ለማርያም በሰጠቻት ሰላምታ ላይ ‹‹ከጌታ የተነገረላት ቃል ይፈጸማልና፣ ያመነች ብጽዕት ናት›› አለች፡፡ (ሉቃስ 1፡45) እግዚአብሔር የሰጣት ተስፋ በሕይወትዋ ሊፈጸም የቻለው ማርያም በተሰጣት ቃል በማመንዋ ነበር፡፡ እስቲ፣ አሁን ደግሞ እግዚአብሔር የሰጣቸውን ሬማ በመቀበል ረገድ በዳዊትና በማርያም መካከል ያለውን ተመሳሳይነትን እንመልከት፡፡

(1) ለሁለቱም ለየግላቸው ከእግዚአብሔር ሬማ ተሰጣቸው፡፡

(2) በዚህ ሬማ አማካይነት የእግዚአብሔርን አሳብና መንገድ ለመረዳት ቻሉ፡፡

(3) ከእግዚአብሔር ሬማ (ቃል) ሲሰሙ በልባቸው እምነት ፈጠረ፡፡

(4) ሁለቱም ከእግዚአብሔር የተሰጣቸውን ሬማ እንደቃልህ ይሁንልን ብለው ተቀበሉ፡፡

(5) በዚህ ሁኔታ ስለተቀበሉት በሬማ ውስጥ ያለው የእግዚአብሔር ኃይል የተሰጣቸው ተስፋ እንዲፈጽም አደረገ፡፡

ዛሬም ቢሆን በሚያምኑ ሰዎች ሕይወት እግዚአብሔር በተመሳሳይ መንገድ ይሰራል፡፡ ላሉበት ጊዜና ሁኔታ የሚሆን ሬማ ይሰጣቸዋል፡፡ ይህን ሬማ ሲሰሙ በልባቸው እምነት ይፈጠራል፡፡ ከዚያ በኋ ላ ደግሞ የእግዚአብሔር የተስፋ ቃል በሕይወታቸው ይፈጸማል፡፡

ማጠቃለያ

መጸሐፍ ቅዱስ እምነት በጣም አስፈላጊ መሆኑን ከማስረዳቱም በላይ እምነት እንዴት እንደሚመጣ ወይም እንዴት እምነት ሊኖረን እንደሚችል ይገልጻል፡፡ ሮሜ 10፡17 እንደሚያስረዳን እምነት የሚመጣው በመስማት ነው፡፡ በመንፈስ ቅዱስ አማካይነት ቃሉ ሕይወት ያገኘና ሬማ ይሆናል፡፡ እምነት የሚመጣው በዚህ ሬማ አማካይነት ነው፡፡

ሎጎስና ሬማ በጣም የተያያዙና የተቀራረቡ ናቸው፡፡ ሎጎስ በሰማይ ያለ የማይለወጥና የማይሻር የእግዚአብሔር ምክር ነው፡፡ ይህ ሎጎስ ከሕይወታችንና ካለንበት ሁኔታ የሚያያዘው ወይም መፍትሔ የሚሰጠን በሬማ አማካይነት ነው፡፡ በሬማ አማካይነት ሎጎስ ግልጽና ለግል ሕይወታችን የሚሆን መልእክት ይሆናል፡፡ የእግዚአብሔር ቃል (ሎጎስ) ግልጽ የሚሆንልን በሬማ አማካይነት ነው፡፡ ቃሉ ለግል ህይወታችን መልእክት የሚሆነው በሬማ አማካይነት ነው፡፡ ይህን ሬማ ስሰማ እምነት በልቤ ይፈጠራል፡፡

‹‹መስማት›› ስንል ምን ማለታችን ነው? ለዚህ ምላሽ የሚሆነን ቃል በመጽሀፍ ቅዱስ ምሳሌ 4፡20-22 ተሰጥቶአል፡፡ መስማት አራት ነገሮች ያጠቃልላል፡፡

(1) በመንፈስ ቅዱስ አማካይነት እግዚአብሔር ለሚሰጠን ቃል ጆሮአችንን ማዘንበል አለብን፡፡

(2) ትሑትና ለመማር ዝግጁ ሆነን መቅረብ አለብን፡፡

(3) ዓይኖቻችን እግዚአብሔር በሰጠን ቃል ላይ ማትኮር አለበት፡፡

(4) ቃሉን ዘወትር በልባችን ማሰላሰል አለብን፡፡

ሬማ በቀጥታ ከእግዚአብሔር አፍ የሚወጣ የእግዚአብሔር ቃል ነው፡፡ በየጊዜው ከእግዚአብሔር የምናገኘው ሬማ መንፈሳዊ ሕይወታችንን የሚያዳብር መንፈሳዊ ምግብ ይሆነናል፡፡

ሬማ ከሰማይ ወደ ምድር በሚወርድና ምድር እንድትለመልም በሚያደረግ ዝናብ ተመስለዋል፡፡ ሬማ

የእግዚአብሔርን አሳብና መንገድ ስለሚሳውቀን በራሳችን አሳብና መንገድ መነዳት አይኖርብንም፡፡

ሬማ ምን እንደሚያደርግ ለለማሳየት የዳዊትና የማርያም ሕይወት በምሳሌነት ቀርቦአል፡፡ ዳዊት ለእግዚአብሔር ቤት ለመስራት እቅድ ነበረው፣ እግዚአብሔር ግን እርሱ ራሱ ቤት እንደሚሰራለት በሬማ አማካይነት ለዳዊት ነገረው፡፡ ለዘመናት ሲጠበቅ የነበረው መሢህ ከእርስዋ እንደሚወለድ እግዚአብሔር በመልአኩ አማካይነት ለማርያም ሬማ ሰጣት ዳዊትም ሆነ ማርያም ከእግዚአብሔር የመጣውን ሬማ (ቃል) ሲሰሙ በልባቸው እምነት ተፈጠረ፡፡ በዚህም እምነት በሬማ አማካይነት የተሰጣቸው ተስፋ መፈጸም ቻለ፡፡ ማርያምም ሆነች ዳዊት ከእግዚአብሔር የተሰጣቸውን ሬማ እንደፈቃድህ ይሁን በማለት ተቀበሉ፡፡

ምዕራፍ ሰባት

እምነት በአንደበት መመስከር አለበት

የተቀበልነው እምነት ሊያድግና ሊዳብር የሚችለው በሶስት የዕድገት ደረጃዎች ሲያልፍ ነው፡፡ ሶስቱ የዕድገት ደረጃዎች የተባሉትም እምነት በአንደበት መነገር አለበት፡። እምነት በተግባር መታየት አለበት፣ እምነት በመከራ መፈተን አለበት የሚሉት ናቸው፡።

በአፍ መመስከር

መመስከር የሚለው ቃል ሐሞሎጂዮ ከሚለው ግሪክኛ ቃል የተተረጎመ ሲሆን የቃሉ ትክክለኛ ፍቺ ‹‹ተመሳሳይ ወይም የሚስማማ ቃልን መናገር›› ማለት ነው፡፡ መመስከር ስንል እንደ እግዚአብሔር ቃል የሆነ ወይም ከእግዚአብሔር ቃል ጋር የሚስማማ ነገርን መናገር ማለታችን ነው፡፡ የአፋችን ቃል በጽሑፍ ከሰፈረው የእግዚአብሔር ቃል ጋር ተስማሚ እንዲሆን ማድረግ ማለት ነው፡፡

በመዝሙር 116፡10 ዘማሪው ዳዊት - ‹‹አመንሁ ስለዚህም ተናገርሁ›› ብሏል፡፡ በ2ኛ ቆሮንቶስ 4፡13 ላይ ደግሞ ጳውሎስ ይህንን ቃል በቀጥታ ስለክርስትና እምነታችን ከምሰጠው ምስክርነት ጋር በተያያዘ ሁኔታ ሲጠቀምበት ‹‹ነገር ግን አመንሁ ስለዚህም ተናገርሁ ›ተብሎ እንደተጻፈ ያው አንዱ የእምነት መንፈስ ስላለን እኛ ደግሞ እናምናለን፡፡ ስለዚህም እንናገራለን፡፡›› ይላል፡፡ ንግግር ወይም ምስክርነት እምነት ራሱን የሚገልጽበት መንገድ ነው፡፡ በአንደበት የማይገለጽ እምነት ጭንጋፍ ነው፡፡

በልባችን ያለው እምነትና ከአፋችን የሚወጣው ቃል በቀጥታ የተያያዙ መሆናቸውን መጸሐፍ ቅዱስ አጠንክሮ ይናገራል፡፡ እምነትና የቃል ምስክርነት የማይነጣጠሉ ናቸው፡፡ በማቴዎስ 12፡34 ኢየሱስ ስለዚህ ሁኔታ ሲናገር ‹‹ከልብ ሞልቶ ከተረፈው አፍ ይናገራልና›› አለ፡፡ በሌላ አነጋገር በልብ ያለ ሀሳብ በአንደበት አማካይነት በቃላት ይገለጻል ማለት ነው፡፡ አንደበት በልብ ያለ ሀሳብ ራሱን የሚገልጽበት መንገድ ነው፡፡

አንድ ምንጭ ንጹህ ካልሆነ ከ እርሱ የሚወጣውም ውኃ ንጹህ ሊሆን አይችልም፡፡ ልብ ንጹሕ ካልሆነም ከአንደበት የሚወጣው ቃል ንጹሕ ሊሆን አይችልም፡፡ ልባችን በእምነት የተሞላ ከሆነ ከአንደበታችን የሚወጣው ቃልም ይህንን ይመሰክራል፡፡ ከአንደበታችን የሚወጣው ቃከ እምነተ ቢስ ወይም ጥርጥር ከሆነ ልባችን ውስጥ እምነተ ቢስነትና ጥርጥር አለ ማለት ነው፡፡

በሁለተኛው የዓለም ጦርነት ጊዜ ከእንግሊዝ ሠራዊት ጋር ወደ ሰሜን አፍሪካ ዘምቼ በነበረበት ወቅት በአንድ ሆስፒታል ውስጥ እሰራ ነበር፡፡ በተለይ እኔ የነበርኩበት ክፈል የተቅማጥ ሕመምተኞችን የሚያክም ነበር፡፡ በየማለዳው ሕሙማንን በምንጎበኝበት ጊዜ ዶክተሩ እያንዳንዱን ሕመምተኛ እያንዳንዱን ሕመምተኛ ‹‹እንዴት ነህ? እስቲ ምላስህን አሳየኝ›› በማለት ይጠይቅ ነበር፡፡

ብዙ ቀን በተከታታይ ዶክተሩ ይህን ሲያደርግ ከመመልከቴ የተነሳ ያስተዋልኩት ነገር ቢኖር ከሚያገኘው መልስ ይልቅ ለበሽተኛው ምላስ ልዩ ትኩረት መስጠቱን ነው፡፡ ከዚያን ጊዜ ወዲህ ይህ ሁኔታ በእኛና በእግዚአብሔር መካከል ስላለው ግንኙነት በጣም አስፈላጊ መሆኑን ተረድቻለሁ፡፡ ስለራሳችን ብዙ መናገር እንችላለን፣ ይሁን እንጂ ዶክተሩ የበሽተኛውን ሁኔታ ምላሱን በመመልከት እንደሚገመግም ሁሉ እግዘአብሔርም በምላሳችን ወይም ከአንደበታችን በሚወጣው ቃል ሁኔታችንን ይገመግማል፡፡

በሮሜ 10፡8-10 ባለው ጳውሎስ ለደህንነታችን አስፈላጊ ስለሆኑ ሁኔታዎች ገልጾአል፡፡ በዚህ ክፍል የልብ እምነት አስፈላጊ የሆነውን ያህል እምነት በአፍ መመስከርም አስፈላጊ እንደሆነ አመልክቶአል፡፡

(8) ነገር ግን ምን ይላል? በልብህም ሆኖ ቃሉ ቀርቦልሃል፣ ይህም

የምንሰብከው የእምነት ቃል ነው፡፡

(9) ኢየሱስ ጌታ እንደሆነ በአፍህ ብትመሰክር እግዚአብሔርም ከሙታን

እንዳስነሳው በልብህ ብታምን ትድናለህ፡፡

(10) ሰው በልቡ አምኖ ይጸድቃልና በአፉም መስክሮ ይድናልና፡፡

በእነዚህ ሶስት ቁጥሮች ጳውሎስ ስለአፍና ስለ ልብ ይናገራል፡፡ የቃላቱ አቀማመጥ ቅደም ተከተልም በጣም አስፈላጊ ስለሆነ ልናስተውለው ይገባል፡፡ በቁጥር 8 አስቀድሞ የጠቀሰው አፍን ሲሆን ቀጥሎ ደግሞ ልብን ጠቅሶአል፡፡ በቁጥር 9 ላይም አስቀድሞ የጠቀሰው አፍን ሲሆን ቀጥሎ የጠቀሰው ደግሞ ልብን ነው፡፡ በቁጥር 10 ላይ ግን አስቀድሞ የጠቀሰው ልብን ሲሆን ቀጥሎ የጠቀሰው አፍን ነው፡፡ ይህ ዕለታዊ የሕይወት ተግባራዊ ሁኔታችንን እንደሚያመለክት አምናለሁ፡፡ አስቀድሞ የእግዚአብሔርን ቃል በአፋችን እንናገራለን፡፡ በአፋችንም የምንመሰክረው ቃል ደግሞ ወደ ልባችን ይዘልቃል፡፡ ቃሉን አብዝተን በተናገርን ወይም በመሰከርን መጠን የልብ እምነታችንም ጽናትና ጥንካሬ ያገኛል፡፡ በዚህ ሁኔታ ቃሉ በልባችን ከተመሠረተ ደግሞ በአፋችን ስለሚወጣው ቃል ትክክለኛነት ምንም ጥረት ወይም ጥንቃቄ ሳናደርግ ከእግዚአብሔር ቃል ጋር የሚስማማ ይሆናል፡፡ እምነታችን ከአንደበታችን በሚወጣው ቃል ሁሉ ይንጸባረቃል፡፡ እምነታችንን በአፋችን በመሰከርን መጠን ደህንነታችን የተሟላና የተስተካከለ ይሆናል፡፡

ከአማርኛ- በልብ መማር የምንለውን ቃል ዕብራይስጡ በአፍ መማር በማለት ያስቀምጠዋል፡፡ በልብ መማር የሚለው የአማርኛው አባባል የሚያመለክተው የምናገኘውን ውጤት ሲሆን በአፍ መማር የሚለው የዕብራይስጡ አባባል የሚያመለክተው ደግሞ ያን ውጤት እንዴት እንደምናገኘው ነው፡፡ አንድን ነገር በልባችን ለመማር ከተፈለገ ያንን ቃል በአፋችን ደጋግመን እንናገረዋለን፡፡ ከአፋችን የወጣው ቃል ደግሞ በአስተማማኝ ሁኔታ በልባችን ይተከላል፡፡

በልጅነቴ የማባዛት ሠንጠረዥን ያጠናሁት በዚህ ሁኔታ ነበር፡፡ እየደጋገምኩ ሰባት ጊዜ ሰባት አርባ ዘጠኝ፣ ሰባት ጊዜ

ስምንት ሃምሳ ስድስት፣ ሰባት ጊዜ ዘጠኝ ስድሳ ሶስት ወዘተ በማለት አጠና ነበር፡፡ የኋላ ኋላ ግን መሳሳት እስከማልችል ድረስ በልቤ ልማረው ቻልኩ፡፡ የማባዛት ሠንጠረዥን ካጠናሁ ሃምሳ ዓመት አልፎኛል ይሁን እ ንጂ ለሚቀርብልኝ ጥያቄ ሁሉ ያለምንም ማመንታት አስተማማኝ መልስ ልሰጣችሁ እችላለሁ፡፡

በተመሳሳይ ሁኔታም የእግዚአብሔርን ቃል በልባችን እንዲከተል ማድረግ ይቻላል፡፡ አንዳንድ ጊዜ አስቸጋሪ ሁኔታ ሊገጥመን እምነታችንም ሊፈተን ይችላል፡፡ በዚያን ጊዜ ግን ስለሁኔታው መልስ የሚሆን የእግዚአብሔር ቃል በአፋችን መናገር ወይም መመስከር ይኖርብናል፡፡

ከደረሰብን ጭንቀት የተነሳ ስሜቶቻችን ከእግዚአብሔር ቃል የሚቃረን ቃል እንድንናገር ይጋብዙን ወይም ይገፋፉን ይሆናል፡፡ ይሁን እንጂ የስሜቶቻችንን ግፊት መከተል የለብንም፡፡ ከጊዜ በኋላ ይህን ስለምንለማመደው ምንም አስቸጋሪ አይሆንብንም፡፡ ለማንኛውም ሁኔታ ወይም ችግር ከእግዚአብሔር ቃል ጋር የሚስማማውን መናገር አዳጋች አይሆንብንም፡፡

በእምነትና በስሜት መካከል ያለውን ጠንቅቀን መረዳት አለብን፡፡ አብዛኛውን ጊዜ ስሜቶቻችን ከእግዚአብሔር ቃል ጋር ተቃራኒ ናቸው፡፡ አስቀድመን እንደተመለከትነው እምነት ከእግዚአብሔርና ከቃሉ ጋር የሚያገናኘን መስመር ነው፡፡ እምነታችንና ስሜቶቻችን በሚጋጩበት ጊዜ ከእግዚአብሔር ቃል ጋር በሚስማማው ሀሳብ እንጂ የስሜቶቻችንን ግፊት መከተል የለብንም፡፡ ልናስተውላቸው የሚገቡ ሶስት ቃላት አሉ እነርሱም ትክክለኛነት (Fact) እምነት (Faith) ስሜት (Feeling) የሚባሉት ናቸው፡፡ ትክክለኛነት በእግዚአብሔር ቃል የተመሠረተ በመሆኑ እርስ በርሱ አይቃረንም፡፡ እምነት ደግሞ በእግዚአብሔር ቃል በተገለጸው ቃል እውነት ወይም ትክክለኛነት ላይ የተመሠረተ ነው፡፡ የእግዚአብሔር ቃል እውነት ወይም ትክክል መሆኑን ይቀበላል፡፡ ስሜት ግን በየጊዜው ሊናወጥ፣ ከፍ ወይም ዝቅ ሊል ይችላል፡፡ በየጊዜው በእምነት ጸንተን ከቆምን ስሜታችን ለእምነት ይገዛል፣ አሸናፊው እምነት እንጂ ስሜት አይሆንም፡፡ ብዙ ጊዜ

ችግር የሚደርስብን ትክክል በሆነው የእግዚአብሔር ቃል ሳይሆን በስሜት ላይ በመመስረታችን ነው፡፡ ስሜት በየሰዓቱ ወይም በየጊዜው ይለዋወጣል፡፡ ሕይወታችን በስሜት ላይ የተመሠረተ ከሆነ በየጊዜው የሚናወጥና መሠረት የለሽ ይሆናል፡፡ ጻድቅ በእምነት ይኖራል ተባለ እንጂ በስሜት ይኖራል አልተባለም፡፡

ከስሕተት የሚጠብቁን አምስት ነጥቦች

ትክክለኛውን ቃል በየጊዜው በአፋችን መናገር በጣም ጠቃሚና ከፍተኛ ኃይል አለው፡፡ ይሁን እንጂ ይህን እውነት በተሳሳተ መንገድ ከተጠቀምንበት መንፈሳዊ ችግር ውስጥ እንወድቃለን፡፡ ምናልባትም የሁሉ ፈጣሪና አድራጊ አእምሮ ነው (Mind-over matter) ወደሚል አዘማሚያ እንደርስ ይሆናል፡፡ ይህንን አመለካከት ለዓለም ያስተዋወቀው አንድ ፈረንሳዊ ፈላስፋ ነበር፡፡ ይህ ፈላስፋ ለሕይወት ችግር መፍትሔ አድርጎ ያቀረበው በየዕለቱ፣ በየሁኔታው እየተሻልኩና በመስተካከል ላይ ነኝ የሚለውን መመሪያም ነበር፡፡ ሰዎች ይህንን መመሪያ እየደጋገሙ እንዲናገሩ አስተምሮአል፡፡ አንዳንድ ብስለት የጎደላቸው ክርስቲያኖች ደግሞ የሚፈልጉትን ሁሉ ከእግዚአብሔር የሚቀበሉበት ዘ ዴ እንዳላቸው ያስባሉ፡፡ የእግዚአብሔር ሕልውና ለሥጋዊ ተድላቸው የሚፈልጉትን መስጠት ይመስላቸዋል፡፡

ከዚህ ዓይነት ስሕተት እንዲጠብቁን አምስት ነጥቦችን አቅርቤአለሁ፡፡

የመጀመሪያው ነጥብ፣ ወደ እግዚአብሔር ስንቀርብ አስቀድመን የልባችንን ሁኔታ መመርመር አለብን፡፡ የዕብራውያን መልእክት ኢየሱስ በጌቴሴማኒ ስላደረገው ጸሎት ሲያመለክት- ‹‹እግዚአብሔርንም በመፍራቱ ተሰማለት›› ብሏል፡፡ (ዕብራውያን 5፡7) ኢየሱስ ራሱን የእግዚአብሔርን ፈቃድ ለማድረግ የሰጠ ነበር፡፡ ይህንንም እርሱ ራሱ ሲናገር ‹‹የአንተ ፈቃድ እንጂ የእኔ ፈቃድ አይሁን›› አለ፡፡ (ሉቃስ 22፡42) ይህ ሁላችንም ልንከተለው የሚገባ አርአያ ነው፡፡ የራሳችንን ፈቃድ ትተን የእግዚአብሔርን ፈቃድ ለማድረግ እስካልተዘጋጀን ድረስ ጸሎታችን እንደሚመለስ

ወይም የደህንነታችን ውጤት ሙሉ በሙሉ እንደምናገኝ ምንም የቅዱሳት መጻሕፍት ድጋፍ ሊኖረን አይችልም፡፡

ሁለተኛው ነጥብ፡ እንደፈለግን መናገር ወይም መመኘት የለብንም፡፡ የምናገረውም ወይም የምንመኘው ሁሉ ከእግዚአብሔር ቃል ጋር መስማማት አለበት፡፡ በቅዱሳት መጻሕፍት ያልተመሠረተ ቃል የራሳችን ምኞት እንጂ የእግዚአብሔር ቃል አይደለም፡፡

ሶስተኛው ነጥብ፡ በእግዚአብሔር መንፈስ ምሪት መታመን አለብን፡፡ በሮሜ 8፡14 ‹‹የእግዚአብሔር ልጆች ልዩ መለያ›› ምን እንደሆነ ጳውሎስ ሲናገር ‹‹በእግዚአብሔር መንፈስ የሚመሩ እነዚህ የእግዚአብሔር ልጆች ናቸውና›› ብሏል፡፡ ይህ ከአንደበታችን የሚወጣውን ቃል ጨምሮ ጠቅላላ የሕይወት ገጽታችንን ይመለከታል፡፡ ለተለያየ ሁኔታ መናገር ወይም መመስከር የሚገባንን ቃል መንፈስ ቅዱስ ራሱ ሊመራን ይገባል፡፡ በጽሑፍ የሰፈረው ቃል (ሎጎስ) ሕይወት የሚሰጠው (ሬማ የሚያደርገው) መንፈስ ቅዱስ እንደሆነ ባለፈው ምዕራፍ ተመልክተናል፡፡ ላስፈላጊው ሁኔታ አስፈላጊውን ቃል መናገር የምንችለውን ያን ጊዜ ብቻ ነው፡፡

አራተኛው ነጥብ፡ ሙሉ በሙሉ በእግዚአብሔር መለኮታዊ ጸጋ መደገፍ አለብን፡፡ በኤፌሶን 2፡8 ጳውሎስ ስለዚህ ጉዳይ ሲናገር ‹‹ጸጋው በእምነት አድኖአችኋልና›› አለ፡፡ ምንጊዜም ቢሆን ተቀዳሚው ጸጋ ሲሆን እምነት ግን የሚከተለው ውጤት ነው፡፡ በእግዚአብሔር ጸጋና ኃይል ሳይሆን በራሳችን ችሎታና ጥበብ የምደገፍ ከሆነ ችግር ላይ እንወድቃለን፡፡ አብርሃም እስማኤልን የወለደው በራሱ ጥበብ በመደገፍ ነበር፡፡ የእግዚአብሔር ፈቃድ ግን ይስሐቅ የቃል ኪዳን ልጅ እንዲሆን ነበር፡፡

አምስተኛው ነጥብ፡ ስሜቶቻችን የሚሰጡንን ማሰረጃዎች በትክክል መመርመር አለብን፡፡ ዓይኖቻችንን ና ጆሮዎቻችንን ዘግተን በዙሪያችን ያለውን ሁኔታ መዘንጋት የለብንም፡፡ እምነት በጭፍን የሚደረግ ጉዳይ አይደለም፡፡ ስሜቶቻችን የሚሰጡንን ማስረጃ ችላ ማለት የለብንም፡ የተሰጠን ማስረጃ ግን ምን ያህል ትክክል እንደሆነ መመርመር አለብን፡፡

በሮሜ 4፥16-20 ጳውሎስ እውነተኛ እምነት በእግዚአብሔር ጸጋ የተመሠረተ እንደሆነ አጠንክሮ ያመለክታል፡፡ በእምነትና በስሜቶቻችን መካከል የሚነሳውን ውጥረት እንዴት ማሸነፍ እንደሚቻልም አብርሃምን እንደምሳሌ አቅርቦታል፡፡

(16) ስለዚህ ከሕግ ብቻ ሳይሆን ከአብርሃም እምነት ደግሞ ለሆነ ለዘሩ ሁሉ የተስፋው ቃል እንደጸና እንደ ጸጋ ይሁን ዘንድ በእምነት ነው።

(17) እርሱም ለብዙ ሕዝብ አባት አደረግሁህ ተብሎ እንደተፃፈ ለሙታን ሕይወትን በሚሰጥ የሌለውንም እንዳለ አድርጎ በሚጠራ ባመነበት አምላክ ፊት የሁላችን አባት ነው፡፡

(18) ዘርህ እንዲሁ ነው እንደተባለ ተስፋ ባልሆነው ጊዜ የብዙ

አሕዛብ አባት እንዲሆን ተስፋ ዞ አመነ፡፡

(19) የመቶ ዓመትም ስለሆነ እንደምውት የሆነውን የራሱን ሥጋና የሣራ ማሕጸን ምውት መሆኑን በእምነት ሳይደክም ተመለከተ፡፡

(20) ለእግዚአብሔርም ክብር እየሰጠ የሰጠውንም ተስፋ ደግሞ ሊፈጽም እንዲችል አጥብቆ እየተረዳ በእምነት በረታ እንጂ በአለማመን ምክንያት በእግዚአብሔር ተስፋ ቃል አልተጠራጠረም፡፡

አብርሃምም ሆነ ሣራ በጣም አርጅተው ስለነበር ልጅ ለመውለድ አይችሉም፡፡ ልጅ እንደሚወልድ እግዚአብሔር ቃል በገባለት ጊዜ ስሜቱ የሰጠውን ማስረጃ በመከተሉ ማመን አልቻለም ነበር፡፡ አብርሃም ስለራሱም ሆነ ስለሣራ ስሜቱ የሰጠውን ማስረጃ አልቀበልም አላለም፡፡ ይሁን እንጂ ስሜቱ የሰጠውን ማስረጃ እንደመጨረሻ ማረጋገጫ መቀበል አልፈለገም፡፡ ስሜቱ የሚሰጠውን ማስረጃና እግዚአብሔር የገባለት ቃል ተፃራሪ በሆነበት ጊዜ

የእግዚአብሔርን ተስፋ አመነ እንጂ ስሜቱን ተከትሎ አልተጠራጠረም፡፡ እምነታቸው በዚህ ሁኔታ ከተፈተነ በኋላ የአብርሃምና የሣራ አካል እግዚአብሔር በገባላቸው መሠረት ልጅ ለመውለድ ዝግጁ ሆነ፡፡

አንዳንድ ጊዜ የእግዚአብሔር ቃል የሚናገረውን ስሜቶቻችን የሚያቀርቡልን ሀሣብ ይቃረኑብናል፡፡ አብርሃም እንዳደረገው ሁሉ ስሜቶቻችንን ሳይሆን የእግዚአብሔርን ቃል ከተከተልን እርሱ የሰጠን ተስፋ ጊዜውን ጠብቆ ይፈጸማል፡፡ ጳውሎስ በሮሜ 10፡8-10 የሰጠውን ትምህርት የደመደመው ‹‹ሰው በአፉ መስክሮ ይድናልና›› በሚለው ቃል እንደሆነ ተመልክተናል፡፡ ይህም ማለት ትክክለኛውን ቃል ወይም ምስክርነት በሰጠን መጠን በተቀበልነው ደህንነት ከጊዜ ወደጊዜ እናድጋለን ማለት ነው፡፡ ትክክለኛውን ምስክርነት ወይም ቃል ለመስጠት ደግሞ ‹‹ደህንነት›› የሚለውን ቃል እንደሚገባ መረዳት አለብን፡፡

ብዙ ክርስቲያኖች በአንደበት መመስከርን ከኃጢአትና ከኃጢአት ከነጹ በኋ ላ ከሚያገኙት ደህንነት ጋር ብቻ በተያያዘ መልኩ ይረዱታል፡፡ ኃጢአታችንን እንድንናዘዝ የእግዚአብሔር ፈቃድ ነው፣ ደህንነትም የምናገኘው ኃጢአታችንን ከተናዘዝን በኋላ ነው፡፡ ይሁን እንጂ መናዘዝ ወይም ትክክለኛውን ቃል መናገርና ደህንነት ሰፋ ያለ ገጽታ አላቸው፡፡ በመዝሙር 78፡21-22 ከግብጽ ነፃ ከወጡ በኋላ እግዚአብሔር በእስራኤላውያን ላይ እንደተቆጣ እንመለከታለን፡፡ ምክንያቱንም ሲያስረዳ በእግዚአብሔር አላመኑምና፣ በመድኃኒቱም (በማዳኑም) አልተማመኑምና ይላል፡፡ ከዚህ ቃል ቀደም ብሎ ወይም ከዚህ ቃል በኋላ ያሉትን ጥቅሶች ስንመለከት ‹‹መዳን›› እግዚአብሔር ለእስራኤል ያደረገውን መልካም ነገር ሁሉ እንደሚያጠቃልል እንመለከታለን፡፡ በግብጻውያን ላይ መፍረዱ፣ ቀይ ባሕርን መክፈሉ፣ ቀን በደመና ዓምድ፣ ሌሊት ደግሞ በእሳት ዓምድ መመራታቸው ለመጠጣቸው የሚሆን ውኃ ከዓለት መፍለቁ፣ ለምግባቸው የሚሆን መና ከሰማይ መውረዱና ሌሎችም እነርሱን ለመታደግ እግዚአብሔር ያደረጋቸው ነገሮች በሙሉ ደህንነትን ወይም የእርሱን ማዳን ያሳያሉ፡፡

በአዲስ ኪዳን መሰረት ደግሞ ‹‹ሶዞ›› የሚለው የግሪክኛ ቃል ‹‹ደህንነት›› ‹‹መታደግ›› ‹‹የኃጢአት ስርየት›› ‹‹ፈውስ›› ወይም አስፈላጊውን ሁኔታ ሁሉ ማሟላት ተብሎ ይተረጉማል፡፡ አንዳንድ ምሳሌዎችን ለማቅረብ ያህል፡ ደም ይፈሳት የነበረችው ሴት እንደተፈወሰች የሚናገረው ክፍል ላይ የተጠቀሰው ‹‹ሶዞ›› የሚለው ግሪክኛ ቃል ነው፡፡ (ማቴዎስ 9፡21-22) በል ስጥራ የነበረው ሽባ መፈወሱ (የሐዋ 14፡8-10) ጌርጌሲኖን በሚባል አገር የነበረው አጋንንት አድረውበት የነበረው ሰው ነጻ መውጣቱና ልቦናውን ማወቁ (ሉቃስ 8፡36) የኢያኢሮስ ልጅ ከሞት መነሳትዋ፡ የእምነት ጸሎት ሕሙማንን እንደሚፈውስ በተነገረው ክፍል ላይ የተጠቀሰው ሶዞ የሚለው ቃል ነው፡፡

በመጨረሻም በ2ኛ ጢሞቴዎስ 4፡18 ሐዋርያው ጳውሎስ ጌታም ከክፉ ነገር ያድነኛል ለሰማያዊውም መንግሥት ይጠብቀኛል በማለት በተናገረበት ክፍል ‹‹ያድነኛል›› የሚለው ቃል ሶዞ ከሚለው የተተረጎመ ነው፡፡ እንግዲህ የእግዚአብሔር ማዳን ጳውሎስ ከተለያየ አደጋ እንዲጠበቅ የሚያስፈልገውም ሁሉ እንዲሟላለትና ለሰማያዊውም መንግሥት እንዲደርስ ይረዳዋል ማለት ነው፡፡

በሌላ አነጋገር ደህንነት ኢየሱስ ክርስቶስ በመስቀል ላይ በሞተበት ጊዜ የተገዛልን የተሟላ ክርስቲያናዊ ጥቅም ነው ማለት ነው፡፡ እነዚህ ጥቅሞች መንፈሳዊና ሥጋዊ ሕይወታችንን የሚመለከቱ ቢሆኑም ‹‹ደህንነት›› በሚለው አንድ ቃል ይጠቃለላሉ፡፡

በደህንነታችን ያገኘነው ጥቅም ለመሳተፍ የምንችለው በአፋችን ስንመሰክር ወይም በአንደበታችን ስንናገር ነው፡፡ መጽሐፍ ቅዱስ የእግዚአብሔርን ስጦታ ገንዘባችን ለማድረግ ስለምንችልበት ሁኔታ ገልጾልናል፡፡ የእግዚአብሔር በረከት ገንዘባችን የሚሆነው በልባችን ስናምንና ያመንነውንም በአፋችን ስንናገር ነው፡፡

ብዙ ጊዜ ሰይጣን ክርስቲያኖችን ይከሳቸዋል፡ ብቁ ያልሆኑና የማያስፈልጉ እንደሆኑ አድርገውም እንዲያስቡ ያደርጋቸዋል፡፡ አንዳንድ ጊዜ የእግዚአብሔርን ፍቅር እንኳ እንጠራጠራለን፡፡ የሰይጣንን ክስ ጸጥ ለማድረግ የምንችለው ከቅዱሳት መጻሕፍት

አስፈላጊውን ክፍል መርጠን ስንመሰክር ነው፡፡ ለምሳሌም ያህል የሚከተለውን እንመልከት፡-

እንግዲህ በክርስቶስ ኢየሱስ ላሉት አሁን ኩነኔ የለባቸውም (ሮሜ8፡1)
ነገር ግን ገና ኃጢአተኞች ሳለን ክርስቶስ ስለእኛ ሞቶአልና (ሮሜ 5፡8)
እኛም እግዚአብሔር ለእኛ ያለውን ፍቅር አውቀናል፣ አምነንማል (ዮሐ 1፡16)

እንግዲህ ከላይ በተሰጡት ጥቅሶች በመመስረት የሚከተለውን በአፌ መመስከር እችላለሁ፡፡ ‹‹በክርስቶስ ኢየሱስ ነኝ ስለዚህም ምንም ኩነኔ ወይም ፍርድ የለብኝም ... እኔ ገና በኃጢአት ውስጥ በነበርኩበት ጊዜ እንኳ ክርስቶስ ለእኔ ሲል ሞተልኝ... በዚህም ምክንያት እግዚአብሔር እኔን ምን ያህል እንደሚወደኝ አውቄአለሁ፣ አምኜአለሁ፡፡›› እንደዚህ ዓይነቶቹን የእምነት ቃላት በአፌ ስመሰክር ወይም ስናገር በውስጤ የነበረው ሁከት ጸጥ ይልና ሰላም ይሰማኛል፡፡

ምናልባትም ችግራችን ፈውስን ወይም ጤናን የሚመለከት ይሆናል፡፡ መጽሐፍ ቅዱስ ስለ ኢየሱስ ሲናገር ‹‹እርሱ ድካማችንን ተቀበለ፣ ደዌያችንንም ተሸከመ›› (ማቴዎስ 8፡17) ‹‹በመገረፉ ቁስል ተፈወሳችሁ›› ይላል፡፡ (1ኛ ጴጥሮስ 2፡24) እነዚህ ቃላት ፈውስን ወይም ጤናን በሚመለከት ረገድ ለሚገጥመን ችግር መፍትሄ ሊሆኑን ይችላሉ፡፡ ሕመም ወይም ደዌ ሲሰማን ስሜቶቻችንን ከማድመጥ ይልቅ ‹‹ኢየሱስ ራሱ ድካሜን ተቀብሏል፣ ደዌዬንም ተሸክሞአል በእርሱ ግርፋት ቁስል እኔ ተፈወስኩ›› የሚለውን ቃል በአፋችን መመስከር ወይም መናገር አለብን፡፡ ምናልባትም ይህን ማድረግ ስጀምር ከማይናወጠው የእግዚአብሔር ቃል ይልቅ ለህመም ስሜቴ ልዩ ግምት እንድሰጥ እገፋፋ ይሆናል፡፡ ነገር ግን ‹‹በመገረፉ ቁስል ተፈውሻለሁ›› የሚለውን የቅዱስ መጽሐፍ ቃል ደጋግሜ ስመሰክር እምነቴ ማደግ ይጀምራል፡፡

ለምሳሌ ያህል የገንዘብ እጥረት ወይም ችግር ቢገጥመኝ በ2ኛ ቆሮንቶስ 9፥8 ላይ ‹‹እግዚአብሔር ሁልጊዜ በነገር ሁሉ ብቃትን አግኝታችሁ ለበጎ ሥራ ሁሉ ትበዙ ዘንድ ጸጋን ሁሉ ሊያበዛላችሁ ይችላል›› የሚለውን ቃል በአንደበቴ እመሰክራለሁ፣ እናገራለሁ እንጂ በአእምሮዬ ፍርሃትና ጭንቀት እንዲነግሥ አላደርግም፡፡ ፍርሃትንም የማሸንፈው እግዚአብሔርን በማመስገን ነው፡፡ በስጦታው ምን ያህል ለጋስ መሆኑን በማሰብ አመሰግነዋለሁ፡፡ የእርሱ ዓላማ ለበጎ ስራ የሚያስፈልገኝ ሁሉ እንዲበዛልኝና እንዲትረፈረፍልኝ ነው፡፡ ይህንን እውነት በአንደበቴ በመሰከርኩና በተናገርኩ መጠን የእግዚአብሔር ቃል እውነት በሕይወቴ ተግባራዊ ይሆናል፡፡ የገንዘብ ችግሬም ይወገዳል፡፡

እንግዲህ እንደ ችግሩና እንደ ሁኔታው ባህርይ አስፈላጊውን ‹‹ለመዳን የሚረዳ ቃል›› እመሰክራለሁ ማለት ነው፡፡ በየጊዜው የሚነሱብን የችግር አይነቶች መፍትሔ የሚሆን የእግዚአብሔርን ቃል እንድንመሰክር
ወይም እንድንናገር ያደርጉናል፡፡ በችግሮቻችንና በሚገጥሙን ሁኔታዎች ላይ አስፈላጊውን የእግዚአብሔር ቃል በመሰከርን ወይም በተናገርን መጠን ከችግሮቹ እንድናለን፣ እንታደጋለን፡፡ ስለዚህም ደህንነታችን የተሟላ ይሆናል ማለት ነው፡፡

የእምነታችን ሐዋርያና ሊቀ ካህናት

የዕብራውያን መልእክት እየደጋገመ ከሚናገራቸው ዓቢይ ሀሳቦች አንዱ ኢየሱስ ክርስቶስ ሊቀ ካህን መሆኑን ነው፡፡ ሊቀ ካህን እንደመሆኑም መጠን እኛን ወክሎ በእግዚአብሔር ፊት ያገለግላል፡፡ እኛ በእርሱ ጽድቅ ጸድቀናል፣ ችግራችን እንዲቃለል የእግዚአብሔር ተስፋዎች በሕይወታችን እንዲፈጸሙ ይጸልይልናል፡፡ ከዚህ መልእክት እንደምንረዳው ኢየሱስ ሊቀ ካህናችን እንደሆነ ከአንደበታችን የሚወጣው የእምነት ቃል ልዩ አስተዋጽኦ አለው፡፡በዚህ ምድር ሆነን የምንናገረው ቃል፣ በሰማይ ሆኖ የሊቀካህንነት ተግባሩን እንዲያከናውን ይረዳዋል፡፡

በዕብራውያን 3፥1 ‹‹የእምነታችን ሐዋርያና ሊቀ ካህናት የሆነውን ኢየሱስን አስቡ›› ተብሏል፡፡ (ሕያው ቃል) ይህ ቃል

የኢየሱስን ሊቀ ካህንነት በቀጥታ በእምነት ከምንናገረው ቃል ጋር ግንኙነት እንዳለው ያሳያል፡፡ ሊቀ ካህናችን የሆነውና የሊቀ ካህንነቱንም ስራ እንደሚገባ እኛን ወክሎ የሚያከናውንልን በእምነት የምንሰጠው ምስክርነት መጠን ነው፡፡ በቅዱሳት መጻሕፍት የተመሰረተ ቃልን ስንናገር የኢየሱስ ሊቀ ካህንነት ስልጣን አብሮን ይሆናል፡፡ በእምነት የምንናገረው ወይም የምንመሰክረው ቃል ተግባራዊ ይሆናል፡፡ትክክኛውን ቃል የምንመሰክር ከሆነ፣ የምንናገረውም የጥርጥርና የእምነት- ቢስነት ቃል ከሆነ ኢየሱስ ሊቀ ካህናችን ሆኖ እንዲሰራ ምንም ዕድል አልሰጠነውም ማለት ነው፡፡ ትክክለኛ ቃል የእርሱን ሊቀ ካህንነት አገልግሎት ሲያንሳሳው፣ ትክክል ያልሆነ ቃል ደግሞ ያግደዋል፡፡

በዕብራውያን 4፡14 ደግሞ የመልእክቱ ጸሐፊ የኢየሱስ ክርስቶስን ሊቀ ካህንነት በቀጥታ ከእምነታችን ጋር ያያይዘዋል፡፡

‹‹እንግዲህ በሰማያት ያለ ትልቅ ሊቀ ካህናት የእግዚአብሔር ልጅ ኢየሱስ ስላለን፣ ጸንተን ኃ ይማኖታችንን እንጠብቅ፡፡›› እዚህ ላይ ጸሐፊው ያሰመረበት ኃይማኖታችንን እንጠብቅ የሚለው ቃል እንደሆነ ለማንም ግልጽ ነው፡፡ አንድ ጊዜ ከእግዚአብሔር ቃል ጋር የሚስማማ ቃል መመስከር ወይም መናገር ከጀመርን በዛው መጽናት አለብን እንጂ ያንን ትተን የፍርሀትና የእምነት- ቢስነትን ቃል መናገር የለብንም፡፡ የተናገርነውን የእምነት ቃል እንድንለውጥ ሁኔታዎቹ ተጽእኖ ያደርጉብን ይሆናል፡፡ ከጠበቅነው ተቃራኒ በሆነ መንገድ ሁኔታዎቹ ሁሉ ይባባሱ ይሆናል፡፡ ይረዳናል ወይም ይደርስልናል በማለት ተስፋ የጣልንበት ነገር ሁሉ ይረዳን ይሆናል፡፡ የሆነው ቢሆንም በእምነት ምስክርነታችን ወይም ንግግራችን መጽናት አለብን፡፡ ልቦናችን በማይለወጠው ቃል ላይ መጽናት አለበት፡፡ በእግዚአብሔር አብ የቆመውን ሊቀ ካህናችንን ኢየሱስ ክርስቶስን እናስብ፡፡

እንደገባ በዕብራውያን 10፡21-24 በኢየሱስ ክርስቶስ ሊቀ ካህንነትና ከአንደበታችን በሚወጣው የእምነት ቃል ወይም ምስክርነት መካከል ስላለው ግንኙነት የዚሁ መልእክት ጸሐፊ ሲያመለክት -

(21) በእግዚአብሔርም ቤት ላይ የሆነ ታላቅ ሊቀ ካህናት ስላለን

(22) ከክፉ ሕሊና ለመንጻት ልባችንን ተረጭተን ሰውነታችንንም በጥሩ ውኃ ታጥበን በተረዳንበት እምነት በቅን ልብ እንቅረብ፡፡

(23) የተስፋን ቃል የሰጠው የታመነ ነውና እንዳይነቃነቅ የተስፋችንን ምስክርነት እንጠብቅ፡፡

(24) ለፍቅርና ለመልካምም ሥራ እንድንነቃቃ እርስ በርሳችን እንተያይ ብሏል፡፡

ከላይ በተመለከትነው መሠረት ኢየሱስ ክርስቶስን እንደ ሊቀ ካህናችን ስንቀበል ማሟላት የሚገቡን ሶስት ተከታታይ ግዴታዎች አሉ ማለት ነው፡፡

የመጀመሪያው - ‹‹እንቅረብ›› (ቁጥር 22) ሁለተኛው፣ ‹‹የተስፋችንን ምስክርነት እንጠብቅ›› (ቁጥር 23) ሶስተኛው፣ ‹‹ለፍቅርና ለመልካምም ሥራ እንነቃቃ›› (ቁጥር 24) የሚሉ ናቸው፡፡ ይሁን እንጂ ለእግዚአብሔርም ሆነ ለሰው ማሟላት የሚኖርብን ዐቢይ ግዴታ ‹‹የተስፋችንን ምስክርነት እንጠብቅ›› የሚለው ነው፡፡ ለእግዚአብሔርና ለሰው ያለብን ግዴታ እንደሚገባ ማከናወን የምንችለው ይህንን ስንወጣ ብቻ ነው፡፡

ባለፉት ሶስት ምንባቦች የምንናገረው የእምነት ቃል ትክለኛነት ምን ያህል አስፈላጊ እንደሆነ ተመልክተናል፡፡ በዕብራውያን 3፡1 ኢየሱስ ክርስቶስ የእምነታችን ሊቀ ካህናት እንደሆነ ተነገረን፡፡ በዕብራውያን 4፡14 ኃይማኖታችንን ወይም እምነታችንን እንድንጠብቅ ተነገረን፡፡ በዕብራውያን 10፡23 ደግሞ ሳንነቃነቅ በቅን ልብ እንድንቀርብ ተነገረን፡፡ በየጊዜው የሚነሱት ችግሮች ከእምነት ሊያነቃንቁን እንደሚችሉ የመልእክቱ ጸሐፊ ያመለክታል፡፡ ብዙዎቻችን ይህ እውነት መሆኑን በሕይወት ልምዳችን አረጋግጠናል፡፡ ስለሆነም ምክሩ ለሁላችንም ጠቃሚ ነው ማለት ነው፡፡ ችግሩ ምንም ያህል ብርቱና ጽኑ ይሁን ፣ በእምነት

በምንመሰክረው ትክክለኛ ቃል ከጸናን ግን ሁኔታዎች ሁሉ ይለወጣሉ፡፡

ለምን በእምነታችን መናወጥ እንደሌለብን ጸሐፊው ምክንያቱን ሲያመለክት- «የተስፋን ቃል የሰጠው የታመነ ነውና›› ይላል፡፡ ለዘላለም ከማይለወጠው ሊቀ ካህናት ጋር የሚያቀራርበን ከአንደበታችን የሚወጣው የእምነት ቃል ነው፡፡ ከአንደበታችን የሚወጣው የእምነት ቃል የእግዚአብሔር ታማኝነት፣ ጥበብና ኃይል እኛን ለማዳን ወይም ለመታደግ እንዲነሳሳ ያደርገዋል፡፡

ማጠቃለያ

እግዚአብሔር ለደህንነታችን ባለው እቅድ ውስጥ እምነትና ከአፋችን የሚወጣው የእምነት ቃል ወይም ምስክርነት በጣም የተያያዙ ነገሮች ናቸው፡፡ የምነት ቃል ወይም ምስክርነት ስንል ከአንደበታችን የሚወጣው ቃል ከእግዚአብሔር ቃል ጋር መስማማት አለበት ማለት ነው፡፡ ይህ ደግሞ ራስን መግዛትና መቆጣጠርን ይጠይቃል፡፡ ሁኔታዎቹ ምንም ያህል አስከፊ ቢሆኑም እኛ ግን ቅዱሳት መፃሕፍት ስለዚያ ሁኔታ የሚናገሩትን እየደጋገምን በእምነት መመስከር ወይም መናገር አለብን፡፡ ይህን ማድረግ ስንጀምር አንዳንድ ችግር ይገጥመን ይሆናል፣ የኋላ ኋላ ግን ደጋግመን የምንናገረው ቃል በልባችን ጽላት ስለሚቀረጽ በአፋችን የእምነት ቃልን ወይም ምስክርነትን መናገር ይህን ያህል አዳጋች አይሆንብንም፡፡

የእምነት ምስክርነት የፈለግነውን ነገር ሁሉ ከእግዚአብሔር የምናገኝበት ዘዴ እንዳልሆነ ግልጽ ሊሆንልን ይገባል፡፡ ከዚህም እንዲጠብቁን አምስት ነጥቦችን አቅርቤአለሁ፡፡

(1) የራሳችንን ፈቃድ ትተን የእግዚአብሔርን ፈቃድ መከተል አለብን፡።

(2) የምንናገረው ቃል በቅዱሳት መፃሕፍት ላይ መመሥረት አለበት፡፡

(3) ዘወትር በመንፈስ ቅዱስ መመራት አለብን፡፡

(4) ከራሳችን ችሎታና ጥበብ ይልቅ በእግዚአብሔር ጸጋ መደገፍ አለብን፡፡

(5) ስሜቶቻችንና የእግዝአብሔር ቃል በሚቃረኑበት ወቅት የእግዚአብሔርን ቃል መከተል አለብን፡፡

በሕይወታችን ለሚገጥሙን ለተለያዩ ችግሮችና ሁኔታዎች ሁሉ አስፈላጊውን የእምነት ቃል መናገር ስንለማመድ በኢየሱስ ሞትና ትንሣኤ ያገኘነውን የደህንነት ፍሬ እንደሚገባ እንሳተፋለን፡፡

ትክክለኛ ቃል ከሊቀ ካህናችንን ከኢየሱስ ጋር አያይዞናል፡፡ ትክክለኛ ቃል የማይለውጠውን ታማኝነቱን፣ ጥበቡንና ኃይሉን እኛን ለመታደግ እንዲነሳሳ ያደርገዋል፡፡

ምዕራፍ ስምንት
እምነት በተግባር መታየት አለበት

ባለፈው ምዕራፍ የምናምነውን በአንደበታችን መመስከር እንዳለብን ተመልክተናል። ታዲያ፣ ይህ ብቻውን በቂ ነውን? ብዙ ጊዜ ኃይማኖተኞች የሚፈጽሙት በደል ቢኖር ትርጉም የለሽ ባዶ ቃላትን ማነብነባቸው ነው። ይህን እንዴት ማስወገድ ይቻላል? የምንናገረው ቃል በልባችን ካለ እውነተኛ እምነት የመነጨ መሆኑን እንዴት ማረጋገጥ ይቻላል። ለዚህ ጥያቄ ቅዱሳት መጻሕፍት በጣም ቀለል ያለና ተግባራዊ የሆነ መልስን ይሰጣሉ። በአፍ የምንመሰክረው እምነት በትክክለኛ ድርጊት መደገፍ አለበት። በተግባር የማይታይ እምነት ሙት ነው።

እምነት በፍቅር

በገላትያ 5፡6 ጳውሎስ በጣም መሠረታዊ ስለሆነ ጉዳይ ሲያስረዳ ፡ ‹‹በክርስቶስ ኢየሱስ ሆኖ፣ በፍቅር የሚሠራ እምነት እንጂ መገረዝ ቢሆን ወይም አለመገረዝ አይጠቅምምና›› ብሏል። እዚህ ላይ ጳውሎስ አራት አስፈላጊ ነጥቦችን ሰጥቶአል። ነጥቦቹ በቅደም ተከተላቸው መሠረት መታየት አለባቸው።

በመጀመሪያ፣ ግርዘትን እንደምሳሌ ያቀርብና፣ ማንኛውም ዓይነት ውጫዊ ኃይማኖታዊ ሥነ- ሥርዓት ወደ እግዚአብሔር ሊያቀርበን እንደማይችል ይናገራል። እግዚአብሔር የሚመለከተው ውስጣዊውን እንጂ ውጫዊውን አይደለም።

ሁለተኛ፣ በክርስትና ኃይማኖት ውስጥ ከፍተኛ ስፍራ የሚሰጠው እምነት ነው። እምነት በልብ የሚፈጸም ውስጣዊ ሁኔታ ሲሆን፣ በእግዚአብሔርም ዘንድ ተቀባይነትም ያለው እርሱ ብቻ ነው። እምነትን የሚተካው ምንም ነገር የለም። በምዕራፍ አምስት እምነት ምን ያህል አስፈላጊ መሆኑን መጽሐፍ ቅዱስ አጠንክሮ እንደሚናገር ተመልክተናል።

ሶስተኛ፣ ጳውሎስ እምነት የሚሠራ መሆኑን ይገልጻል፡፡ መሥራት ወይም ተግባራዊ መሆን የእምነት አይነተኛ ባሕርዩ ነው፡፡ ሥራ ወይም እንቅስቃሴ በሌለበት ስፍራ እውነተኛ እምነት አለ ማለት አይቻልም፡፡

አራተኛ፣ እምነት የሚሠራው በፍቅር ነው፡፡ በፍቅር የማይገለጽ ከሆነ እውነተኛ ወይም ትክክለኛ እምነት አለ ማለት ያዳግታል፡፡ ፍቅር ቀና ነው፣ ጠማማነት የለበትም፣ ፍቅር ያበረታታል፣ ፍቅር ያጽናናል፣ ፍቅር ይገነባል፡፡ ተግባራችን ሁሉ ተቃራኒ፣ ነቃፊና በኀኀት የሌለው ከሆነ ፍቅር የለም ማለት ነው፣ ፍቅር ከሌለ ደግሞ እምነት የለም፡፡ እንዲህ ያለ ተግባር ከኃይማኖት ይገኝ እንደሆነ ነው እንጂ እምነት ተጠያቂ ሊሆን አይችልም፡፡

በእምነትና በተግባር መካከል ስላለው ግንኙነት አጠንክሮ የሚያስረዳ የአዲስ ኪዳን መጽሐፍ የያዕቆብ መልእክት ነው፡፡ አንዳንድ የመጽሐፍ ቅዱስ ምሁራን ጳውሎስ ስለእምነት በነበረው አመለካከት መካከል ልዩነት እንዳለ ይናገራሉ፡፡ ጳውሎስ፣ ደህንነት የሚገኘው ምንም ሥራ ሳይጨምር በእምነት ብቻ እንደሆነ ሲያስተምር፣ ያዕቆብ ደግሞ እምነት በተግባር መ ገለጽ እንዳለበት አስተምሮአል ይላሉ፡፡ በበኩሌ ግን በጳውሎስም ሆነ በያዕቆብ አመለካከት መካከል ምንም የተቃረነ ሀሳብ አላይም፡፡ የምመለከተው የአንድን እውነት ሁለት ገጽታ ብቻ ነው፡፡ ሊያጸድቀን የሚችል ምንም ዓይነት መልክም ሥራ የለንም፡፡ ጽድቅን ያገኘነው ምንም የራሳችን አስተዋጽኦ ሳይታከልበት በእምነት ብቻ ነው፡፡ ይሁን እንጂ፣ ያለ ሥራ ያገኘነውን ጽድቅ በሥራ መግለጽ ወይም ማሳየት አለብን፣ ይህ ካልሆነ በቀር ግን እምነታችን ትክክል አይደለም ማለት ነው፡፡ ስለዚህም ጳውሎስ ከእግዚአብሔር ያገኘነው ጽድቅ ውጤት ማሳየት እንዳለበት ያመለክታል፡፡ ሁለቱም የሚያመለክቱት የአንድን ሳንቲም ሁለት ገጽታ እንጂ ተጻራሪ ሀሳብን አይደለም፡፡ ከዚህም በተረፈ ጳውሎስ ስለሥራ ወይም ተግባር ምንም አልተናገረም ማለት ትልቅ ስህተት ነው፡፡ አስቀድመን እንደተመለከትነው ሁሉ በገላትያ 5፡6 ላይ እምነት የሚሠራ እንደሆነና የሚሠራውም በፍቅር መሆኑን አመልክቶአል፡፡ ስለ ፍቅር በጻፈበት ምዕራፍ ማለትም በመጀመሪያው ቆሮንቶስ መልእክት ምዕራፍ 13 ላይ ይህንኑ እውነት አጠንክሮታል፡፡

ያዕቆብ የሥራን አስፈላጊነት አጠንክሮ ያስረዳል

ያዕቆብ ስለእምነትና ስለሥራ ሰፋ ባለ ሁኔታ ያመለከተው በሁለተኛው ምዕራፍ 14-26 ባሉት ቁጥሮች ነው፡፡ ይህንንም እንደሚገባ ለመመርመር እንዲያስችለን በስድስት ዋና ዋና ክፍሎች ከፍለነዋል፡፡

ክፍል 1 ቁጥር 14-17 *ሥራ የሌለው እምነት፣*

(14) ወንድሞች ሆይ፣ እምነት አለኝ የሚል ሥራ ግን የሌለው ሰው

ቢኖር ምን ይጠቅመዋል? እምነቱስ ሊያድነው ይችላልን?

(15) ወንድም ወይም እህት ራቁታቸውን ቢሆኑ የዕለት ምግብንም ቢያጡ፡፡

(16) ከእናንተ አንዱ - በደህና ሂዱ እሳትሙቁ፣ ጥገቡም ቢላቸው ለሰውነት ግን የሚያስፈልገውን ባይሰጣቸው ምን ይጠቅማቸዋል?

(17) እንደዚሁም ሥራ የሌለው እምነት ቢኖር በራሱ የሞተ ነው፡፡

እዚህ ላይ ያዕቆብ የሚናገረው ስለኃይማኖተኛ እንጂ ኃይማኖት ስለሌለው ሰው አለመሆኑን ማስተዋል አለብን፡፡ በሌላ አነጋገር ያዕቆብ የሚናገረው «እምነት አለኝ» እያለ ስለሚመካና እምነቱና ተግባሩ ስለሚጋጩበት ነው፡፡ እንዲህ ዓይነት ሰው ችግር የደረሰባቸው እህት ወይም ወንድም ቢገጥሙት ከቃላት አልፎ በተግባር የሚታይ አንዳችም ነገር አያደርግም፡፡ ተግባራዊ ባለመሆኑም የሚናገራቸው የማጽናናት ቃላት ፍሬ ቢስና ቅንነት የጎደላቸው ናቸው፡፡ የእኛም እምነት ተግባረዊ ካልሆነ እንዲህ ነው፡፡ እምነታችን በተግባር ወይም በሥራ የማይታይ ከሆነ ሕይወት አልባ ነው ማለት ነው፡፡

ክፍል 2- ቁጥር 18 ኃይማኖትና ሕይወት፣

(18) ከመካከላችሁ አንድ - አንተ እምነት ብቻ አለህ፡ እኔ ደግሞ በጎ

ሥራ ብቻ አለኝ የሚል ሰው ይኖር ይሆናል፡፡ መልሱ ቀላል

ነው፡፡ ወንድሜ ሆይ፡ ይህን ካልክ አንተ በጎ ሥራ የሌለበት

እምነትህን አሳየኝ፡፡ እኔ ግን እምነትን በበጎ ሥራዬ አሳይሀለሁ፡፡

(ሕያው ቃል)

ምንጊዜም ቢሆን ሕይወቴን በዚህ ቃል መሠረት እመረምራለሁ፡፡ እምነቴ በተግባር በማይታይ ቃል ላይ ብቻ የተመሠረተ ነው ወይስ በልቤ የማምነውን እምነት በሥራዬ አሳያለሁ? ዓለም የሚፈልገው በተግባር የሚታየውን እምነት እንጂ፡ በቃላት ላይ የተመሠረተ ኃይማኖት ሰልችቶታል፡፡ በበኩሌ በተግባር የማይታይ ኃይማኖታዊ ወይም ሥነ- መለኮታዊ ዕውቀት ከንቱ ነው እላለሁ፡፡

ክፍል 3 - ቁጥር 19 የዲያብሎስ ኃይማኖት

አንድ እግዚአብሔር እንዳለ ታምናለህን? የምታምን ከሆነ መልካም፡ ለማመን ለማመኑማ አጋንንትም እግዚአብሔር መኖሩን ያምናሉ፡፡ እንዲያውም እርሱን በመፍራት ይንቀጠቀጣሉ፡፡

አንድ እውነተናኛ አምላክ መኖሩን ማመን ትክክለኛ ኃይማኖት ነው፡፡ ይሁን እንጂ አጋንንትም እንኳ ስለሚያምኑ ማመን ብቻውን በቂ አይደለም፡፡ እንዲያውም ሰይጣን መጽሐፍ ቅዱስ የእግዚአብሔር ቃል መሆኑን እንኳ የሚያምን ይመስለኛል፡፡ ስለሆነም ሰይጣን ያለው እምነት በዘመናችን ካሉ ብዙ የሥነ-መለኮት ምሁራን እምነት የተሻለ ነው ማለት ይቻላል፡፡ ታዲያ፡ ሰይጣን ይህን ያህል እምነት ካለው የጎደለው ምንድነው? የጎደለው መታዘዝ ነው፡፡ ዲያብሎስና አጋንንቱ በአንዱ እውነተኛ አምላክ ቢያምኑም ለእርሱ አይታዘዙም፡፡ እውነተኛ እምነት ራስን አሳልፎ

ወደመስጠትና ወደ መታዘዝ ያደርሳል፡፡ አለበለዚያ ግን ዋጋ ቢስ ነው፡፡

ክፍል 4 - ቁጥር 20-24 የአብርሃም ምሳሌነት

(20) አንተ ሞኝ! በበጎ ሥራ የማይገለጥ እምነት ፋይዳ ቢስ መሆኑን መገንዘብ ይኖርብሀል፡፡ አባታችን አብርሃም ልጁን
ይስሐቅን መሥዋዕት አድርጎ ባቀረበ ጊዜ ባሳየው እምነትና
በጎ ሥራ የማይነጣጠሉ መሆናቸውን ታሳያላችሁ፡፡

አብርሃም በፈጸመው በጎ ሥራ እምነቱ ሙሉ መሆኑን አስመሰከረ፡፡ ከዚህም የተነሣ «አብርሃም እግዚአብሔርን አመነ፤ እምነቱም ጻድቅ ሆኖ ተቆጠረለት፡፡ የእግዚአብሔር ወዳጅ» የተባለውም በዚህ ምክንያት ነው፡፡

(24) ይህንንም ስንመለከት ሰው የሚጸድቀው በእምነት ብቻ ሳይሆን በበጎ ሥራም ጭምር መሆኑን ልንገነዘብ እንችላለን፡፡ (ሕያው ቃል)

የተናገረውን ቃል እውነተኛነት ለማረጋገጥ ያዕቆብ አብርሃምን እንደምሳሌ ያቀርበዋል፡፡ የንግግሩን ጭብጥ ሀሳብ ለማግኘት ከአብርሃም ሕይወት አንዳንድ ነጥቦችን መመልከት ይኖርብናል፡፡ በዘፍጥረት 12 እግዚአብሔር አብርሃምን ከዘመዶቹ ተለይቶ እንዲወጣና እርሱ ወደሚያሳው ምድር እንዲሄድ ሲያዘው እንመለከታለን፡፡ አብርሃም ታዘዘ፤ እግዚአብሔርም ወደ ከነዓን ምድር መራው፡፡ በዘፍጥረት 15 ደግሞ አብርሃም ንብረቱን የሚወርስ ከአብራኬ የወጣ ምንም ልጅ የለኝም በማለት ለእግዚአብሔር ተናገረ፡፡ እግዚአብሔርም ወደ ሰማይ ከዋክብት እንዲመለከት ካደረገው በኋላ «ዘርህም እንዲሁ ይሆናል» አለው፡፡ በዚህ ጊዜ «አብርሃም በእግዚአብሔር አመነ ጽድቅም ሆኖ ተቆጠረለት፡፡» አብርሃም ሊጸድቅ የቻለው ስላደረገው በጎ ምግባር ሳይሆን በእርሱ ስላመነ ብቻ ነው፡፡

ይሁን እንጂ፣ አብርሃም ከእግዚአብሔር ጋር የነበረው ኅብረትና አንድነት እዚ ህ ላይ አላከተመም፡፡ በእግዚአብሔር በማመኑ ቢጸድቅም እምነቱን በሥራ ላይ ገለጸ እንጂ፣ በመጽደቁ ረክቶ አልተቀመጠም፡፡ በሚቀጥሉት ሰባት ምዕራፎች ደግሞ እግዚአብሔር አብርሃምን በተለያዩ ሁኔታዎች ሲመራው እንመለከታለን፡፡ አብርሃም በየጊዜው ለእግዚአብሔር ይታዘዝ ስለነበር በ 40 ዓመት ውስጥ እምነቱ አድጎ ከፍተኛ ደረጃ ላይ ደረሰ፡፡ በመጨረሻም በዘፍጥረት 22 አብርሃም በሕይወቱ ውስጥ እጅግ መራራ የሆነ ፈተና ሲጋፈጥ እንመለከታለን፡፡ እግዚአብሔር አንድ ልጁን ይስሐቅን እንዲሰጥ አዘዘው፡፡ እግዚአብሔር እንደገና ከሞት ሊያስነሳው እንደሚችል ስላመነ አብርሃም ልጁን ለመሰዋት አላመነታም፡፡ በዚህም ምክንያት በ ድል አድራጊነት ፈተናውን ተወጣ፡፡

አብርሃም በምዕራፍ 15 ምን ዓይነት ፈተና ገጠመው? የተገለጸው ዓይነት ፈተና ይገጥመኛል ብሎ አላሰበም ነበር፡፡ ይስሐቅን እንዲሰጥ ከመታዘዙ በፊት የአብርሃም እምነት በብዙ ልዩ ልዩ ፈተናዎች መዘጋጀትና ማደግ ነበረበት፡፡ ያዕቆብም ስለዚህ ሲናገር፡- ‹‹እምነትን ከሥራው ጋር አብሮ ያድግ እንደ ነበረ፣ በሥራም እምነት እንደተፈጸመ ትመለከታለህን?›› ብሏል (ቁ.22) ምንጊዜም ቢሆን መነሻ ነጥባችን እምነት መሆን አለበት፡፡ ሌላ መነሻ ሊኖር አይችልም፡፡ እምነት ካለን እምነታችን በተለያየ ፈተና ውስጥ ያልፋል፣ ፈተናውም ወደመታዘዝ ያመጣናል፣ በታዛዝን መጠን ደግሞ ይበልጥ እምነታችን ያድጋል፣ ለሚከተለውም ፈተና ያዘጋጀናል፡፡ እምነት የሚያድገውና ወደ ፍፁምነት ደረጃ የሚያደርሰው በብዙ ፈተናና መታዘዝ ካለፈ በኋላ ነው፡፡

ክፍል 5 - ቁጥር 25 የረዓብ ምሳሌነት

ቁጥር 25 እንዲሁም ጋለሞታይቱ ረዓብ ደግሞ መልእክተኞቹን ተቀብላ በሌላ መንገድ በሰደደቻቸው ጊዜ በሥራ የጸደቀች አይደለችምን? በእምነትና በሥራ መካከል ያለውን ግንኙነት ለማሳየት ያዕቆብ ጋለሞታይቱ

ረዓብን የመጨረሻ ምሳሌው አድርጎ አቅርቦታል፡፡ የረዓብ ታሪክ በመጽሐፈ ኢያሱ ምዕራፍ 2፡1-2 እና 6፡ 21-25 ተናግሮአል፡፡ ይህ ታሪክ በጣም ደስ የሚለኝ ተስፋቸው የተሟጠጠ ለሚመስላቸው ሰዎች እንኳ ተስፋ መኖሩን ስለሚያመለክተኝ ነው፡፡ ረዓብ ከአሕዛብ ወገን የሆነች ኃጥእ ነበረች፣ የምትኖረው በኢያሪኮ ሲሆን፣ ይህችንም ከተማ በኃጢአትዋ ምክንያት እንድትደመሰስ እግዚአብሔር ወስኖባት ነበር፡፡ ይሁን እንጂ፣ ረዓብ በእምነትዋ ምክንያት ራስዋንና ቤተሰብዋን አዳነች፣ በኋላም ከእግዚአብሔር ሕዝብ ጋር ለመጋባትና ለመዋለድ በቃች፡፡ ጌታ ኢየሱስ ራሱ የተገኘው ከእርስዋ የትውልድ ሐረግ ነበር፡፡ (ማቴዎስ 1፡5 ተመልከት)

የረዓብ እምነት በቃላት ላይ ብቻ የተመሠረተ ሳይሆን በሥራ የሚገለጽ ነበር፡፡ ኢያሱ ወደ ኢያሪኮ የላካቸው ሰላዮች ያረፉት እርስዋ ቤት ነበር፡፡፡ ሕይወታቸው ትልቅ ችግር ላይ በነበረበት ጊዜ ለራስዋ ህይወት ሳትሳሳ ቆጥ ላይ ደብቃ እንዲያመልጡ ረዳቻቸው፡፡ ሰላዮቹ ወደ ሀገራቸው ከመመለሳቸው በፊት - ‹‹ሕይወታችሁን እንዳዳንሁላችሁ ታውቃላችሁ፣ እናንተም የእኔንና የቤተሰቤን ሕይወት አድኑልኝ›› በማለት ቃል ኪዳን አስገባቻቸው፡፡ ሰላዮቹም ረዓብ ያለችውን እንደሚፈጽሙላት ነገርዋት፡፡ በመለኮታዊ ኃይል የኢያሪኮን ከተማ የደመሰሰው እግዚአብሔር ራሱ በመሆኑ ቃል የገቡላትም በእግዚአብሔር ስም እንጂ በራሳቸው አልነበረም፡፡ (ኢያሱ 6፡20 ተመልከት) ከዚህ በኋላ ለሕይወትዋ ሳትሳሳ በመስኮት በኩል በገመድ አወረደቻቸው፡፡

ሰላዮቹ ወደ ሀገራቸው ከመሄዳቸው በፊት ‹‹እነሆ እኛ ወደ ሀገሩ በገባን ጊዜ ይህን ቀይ ፈትል እኛን ባወረድሽበት መስኮት በኩል እሰሪው ይህን ቀይ ፈትል በመስኮት ባታደርጊው ግን አንቺና ቤተሰቦችስ ትገደላላችሁ›› በማለት የመጨረሻ ማስጠንቀቂያ ሰጡዋት፡፡ ያ ቀይ ፈትል የረዓብ እምነት ምሳሌ ወይም ምልክት ነበር፡፡ ሰላዮቹ በሰጡአት ተስፋ መሠረት ያላትን እምነት ይፋ ያደረገችው ያን ቀይ ፈትል በማንጠልተል ነበር፡፡ ለእኛ በአዲስ ኪዳን ላለነው ደግሞ የኢየሱስ ክርስቶስ ደም ላለን እምነት ምሳሌ ነው፡፡

ከላይ በተመለከትነው የረዓብ ታሪክ ውስጥ ማመን፣ እምነትን መመስከርና እምነትን በተግባር ማሳየት በጣም የተያያዙ ነገሮች ለመሆናቸው ዓይነተኛ ምሳሌ ነው፡፡ ረዓብ እያሪኮን እንደሚያጠፉ ሰላዮች በነገሩዋት ቃል አመነች፡፡ እርስዋንና ቤተሰቧን እንደሚያድኑ በሰጧት ተስፋ አምናለች፡፡ ሆኖም፣ ይህ ብቻ በቂ አልነበረም፡፡ ለእምነትዋ ምስክር እንዲሆን ቀዩን ፈትል በመስኮትዋ ላይ ማንጠልጠል ነበረባት፡፡ ይህም ራሱ ቢሆን በቂ አልነበረም፡፡ መጀመሪያ ሰላዮቹን በቤትዋ በመደበቅ፣ በኋላም በመስኮትዋ በኩል ወርደው እንዲያመልጡ በመርዳት፣ በገዛ ሕይወትዋ እንኳን መወራረድ ነበረባት፡፡ ቀዩ ፈትል እነርሱ ባመለጡበት በመስኮት ላይ መንጠልጠል ነበረበት፡፡ አስቀድማ እንዲያመልጡ ረድታቸው ባይሆን ኖሮ ቀዩ ፈትል ብቻውን ሊያድናት ባልቻለም ነበር፡፡ የረዓብ ታሪክ ሶስት የማይነጣጠሉ ሁኔታዎችን ያሳየናል፡፡ እነርሱም፣ ማመን፣ እምነትን መመስከርና እምነትን በተግባር ማሳየት ናቸው፡፡

ክፍል 6 ቁጥር 26 ማጠቃለያ

(26) ከነፍስ የተለየ ሥጋ የሞተ እንደሆነ እንዲሁ ደግሞ ከሥራ

የተለየ እምነት የሞተ ነው፡፡

ያዕቆብ የጀመረውን ገለጻ የሚደመድመው ከሥራ የተለየ እምነት የሞተ ነው በሚል ድፍረት በተሞላበት አነጋገር ነው፡፡ ለአካል ሕይወት የሚሰጥ መንፈስ ነው፡፡ እንደዚሁም ለእምነት ሕይወት የሚሰጠው ሥራ ማለትም በጎ ሥራ ብቻ ነው፡፡

የእምነት ምሳሌነት

እምነትና ሥራ ምን ያህል የተያያዙ መሆናቸውን ለማሳየት አብርሃም እንደምሳሌ መቅረቡን አስቀድመን ተመልክተናል፡፡ በሮሜ 4፡11-12 ደግሞ ጳውሎስ አብርሃም ሊኖረን ስለሚገባው እምነት አርዓያ መሆኑን ሲገልጽ ፡-

(11) አብርሃም የተገረዘው ጽድቅን ከእግዚአብሔር ከተቀበለ በኋላ ነው፡፡ ታዲያ የተገረዘው ጽድቅን ከተቀበለ በኋላ ከሆነ መገረዙ በእምነት መጽደቁን የሚያሳይ ምልክት ነው፡፡

ስለዚህ አብርሃም ሳይገረዙ በእምነት ለሚጸድቁ ሁሉ አባታቸው ነው፡፡

(12) እንዲሁም አብርሃም ለተገረዙትም አባት ነው፡፡ አባታቸው ሊሆን የቻለው በመገረዛቸው ብቻ ሳይሆን እርሱ ከመገረዙ በፊት የነበረውን እምነት ተቀብለው የእርሱን አርአያ በመከተላቸው ነው፡፡ (ሕያው ቃል)

በመጀመሪያ አብርሃም የጸደቀው በመገረዙ እንዳልነበረ ጳውሎስ በመጀመሪያ አብርሃም ከጸደቀ በኋላ ነበር ያንን እምነት ይፋ ለማድረግ የተገረዘው፡፡ ስለዚህም በእምነት ላይ የተመሠረተ ካልሆነ በቀር ግርዛት ብቻውን ዋጋ የለውም ማለት ነው፡፡

ከዚህ በኋለ ጳውሎስ ለተገረዙትም ሆነ ላልተገረዙት አማኞች በእምነት ምሳሌነቱ አብርሃም አባታቸው ሊሆን እንደበቃ ይናገራል፡፡ ይሁን እንጂ፣ ራሳችንን እንደ አብርሃም ልጆች የምንቆጥር ከሆነ ዘርንና ኃይማኖትን ሳንለያይ ልናሟላው የሚገባን ጉዳይ መኖሩን ጳውሎስ ያመለክታል፡፡ ይኸውም ‹‹ከመገረዙ በፊት የነበረውን እምነት ተቀብለን የእርሱን አርአያ›› መከተል እንዳለብን ነው፡፡

ጳውሎስ ስለአብርሃም ‹‹እምነት ፍ ለጋ›› ወይም አርዓያነት ይናገራል፡፡ ይኸውም እምነት ሁልጊዜ የሚንቀሳቀስ እንጂ አንድ ቦታ የረጋ እንዳልሆነ ጉልህ ማስረጃ ነው፡፡ እምነት የልብ ዝንባሌ ወይም ውጫዊ ሁኔታም አይደለም፡፡ እምነት በየጊዜው የሚያድግና የሚዳብር የሕይወት ጉዞ ነው፡፡ እያንዳንዱ እርምጃችን ወይም ጉዞአችን የሚመነጨው ከእግዚአብሔር ጋር በግል ካለን የጠበቀ ኅብረትና አንድነት ነው፡፡

ለእያንዳንዱ ክርስቲያን አጠቃላይ ሕግና መመሪያ ማውጣት አዳጋች የሚሆነውም በዚህ ምክንያት ነው፡፡ የተለያዩ ክርስቲያኖች የተለያየ የእድገት ደረጃ ያለው የእምነት ጉዞን ይጓዛሉ ፡፡ በእምነት ውስጥ ብዙ ዓመታት የቆየ አማኝ ከአዲሱ አማኝ ይልቅ ረጅም የእምነት ጉዞ መጓዝ አለበት፡፡ ከአዲሱ አማኝ ይልቅ ከቆየው አማኝ እግዚአብሔር የተለየ ነገርን ይጠብቃል፡፡ በእምነት ጉዞዬ በግሌ

ከአማኝ ጋር ያለኝን ሕብረት አሳያለሁ፡፡ ከእኔ ከፍ ወይም ዝቅ ያሉ ክርስቲያኖች ቢኖሩም የግድ የሌሎቹን የእምነት ጉዞ መከተል የለብኝም፡፡

እምነት ጉዞ ነው፡፡ የሚነሳውም አንድ አማኝ በግል ሕይወቱ ከአምላኩ ጋር ካለው የጠበቀ ኅብረትና አንድነት ነው፡፡ የምንወስደው እርምጃ ሁሉ ምን ያህል ታዛዥ እንደሆንን ያመለክታል፡፡ ከእግዚአብሔር ጋር ያለን ኅብረት ሲስተካከል፣ ዕለት ዕለት የእምነትን ጉዞ ስንጓዝ፣ በየጊዜው በመታዘዝ ሕይወታችን እምነታችንን ስናሳይ፣ እምነታችን ያድጋል፣ ይዳብራል፡፡

ማጠቃለያ

እምነታችን ከፍቅር የሚመነጭ ሥራ መታየት አለበት፡፡ እንዲህም ካልሆነ ግን እምነታችን ከንቱ ነው፡፡ የያዕቆብ መልእክት እምነትና ሥራ ምን ያህል የማይነጣጠሉ ነገሮች መሆናቸውን ለማሳየት ሶስት ነጥቦች ሰጥቶአል፡፡

(1) እምነት ያለሥራ ከንቱ ነው፡፡ 2) ኃይማኖታችን በዕለታዊ ሕይወታችን መታየት አለበት፡፡ 3)ኃይማኖት ከታዛዥነት ጋር መሆን አለበት፡፡

ለእነዚህ መመሪያዎች ም ሳሌ እንዲሆኑ በማለትም ሁለት ሰዎችን አቅርቦአል፡፡ 1) አብርሃም በእግዚአብሔር በማመኑ ብቻ ጽድቅ ሆኖ ተቆጠረለት፡፡ ብዙ እየታዘዘ በሄደ መጠን እምነቱ ማደግ ጀመረ፡፡ በመጨረሻም አንድ ልጁን እንኳ ለመሰዋት ዝግጁ ሆነ፡፡

2) ረዓብ ሰላዮቹ በነገሩዋት ማመን ብቻ ሳይሆን ለሕይወትዋ ሳትሳሳ እነርሱን ከሞት አዳነቻቸው፣ ቀዩን ፈትል በመስኮትዋ ላይ በማንጠልጠል እነርሱ በገቡላት ተስፋ ያላትን እምነት መሰከረች፡፡ስለዚህም ማመን፣ እምነትን መመስከርና እምነትን በተግባር ማሳየት ምንጊዜም የማይነጣጠሉ ነገሮች መሆናቸውን አሳየች፡፡

በማጠቃለያም ከነፍስ የተለየ ሥጋ የሞተ እንደሆነ ሁሉ ከሥራ የተለየ እምነትም በድን መሆኑን ያመለክታል፡፡ ጳውሎስ ደግሞ እምነት በየጊዜው የሚያድግ ጉዞ እንጂ አንድ ቦታ የረጋ ነገር አለመሆኑን ያስረዳል፡፡ ይህ ጉዞ የሚጀምረው ከእግዚአብሔር ጋር ካለን ኅብረትና አንድነት ነው፡፡ ይህ ጉዞ በመታዘዝ ሕይወት ላይ የተመሠረተ ነው፡፡ በመጨረሻም እምነታችን ይዳብራል፣ ያድጋል ወደከፍተኛ የእምነት ደረጃም ይሸጋገራል፡፡

104

ምዕራፍ ዘጠኝ
እምነት መፈተን አለበት

እምነት በአንደበት መመስከርና በሥራ መተርጎም እንዳለበት ተመልክተናል፡፡ አሁን ደግሞ ወደ ሶስተኛው ደረጃ መጥተናል፡፡ ይህን ሶስተኛውን ደረጃ አንወደውም፣ ይሁን እንጂ ባንወደውም ልናመልጠው አንችልም፡፡ እምነት መፈተን አለበት፡፡

በመከራ መመካት

ጳውሎስ በሮሜ 5፡1-11 በክርስቶስ አማካይነት ከእግዚአብሔር ጋር ስላለን ሕብረት ሲገልጽ ሶስት ጊዜ ‹‹እንመካለን›› የሚለውን ቃል ተጠቅሞበታል፡፡ በቁጥር 2 ላይ ‹‹በእግዚአብሔር ክብርም ተስፋ እንመካለን›› አለ፡፡ ይህን መረዳት ለማንኛችንም ቢሆን አዳጋች አይደለም፡፡ የእግዚአብሔር ክብር ወራሾች መሆናችንን ከተረዳን፣ በዘላለማዊው አለምም የክብሩ ተካፋዮች እንደምንሆን ከተገነዘብን፣ የሚቆየንን ደስታ በናፍቆት መጠበቃችን የማይቀር ነው፡፡

በቁጥር 3 ላይ ደግሞ እንደገና በዚሁ ቃል ሲ ጠቀም ‹‹በመከራችንም ደግሞ እንመካለን›› አለ፡፡ ይህ ሊታመን የማይቻል መስሎ ይታየናል፡፡ለመሆኑ በመከራ፣ በችግር፣ በስደት፣ በብቸኝነትና በሌሎች በመገለል ውስጥ የምንመካበት ነገር ይኖራል ብሎ የሚያስብ ማነው? ታዲያ፣ ለምንድነው ጳውሎስ ‹‹በመከራችንም እንመካለን›› በማለት የተናገረው? ይሁን እንጂ ጳውሎስ ምክንያቱን ሰጥቶናል፡፡ ገለፃውንም በመቀጠል ‹‹መከራ ትዕግስትን እንዲያደርግ፣ ትዕግስትም ፈተናን፣ ፈተናም ተስፋን እንዲያደርግ እያወቅን በመከራችን ደግሞ እንመካለን፡፡ በተሰጠንም በመንፈስ ቅዱስ የእግዚአብሔር ፍቅር በልባችን ስለፈሰሰ ተስፋ አያሳፍርም›› አለ፡፡ (ቁጥር 3-5) እንግዲህ ጳውሎስ ከሰጠው ገለጻ ለመረዳት እንደምንችለው መከራን ከተቀበልን፣ የደረሰብንን ፈተና በእምነት ከተቋቋምን፣ ጸባያችን ይጠራል፣ ይነጥራል ማለት ነው፡፡ ብዙ መከራ

በሕይወታችን የሚያስገኘውን ውጤት በሌላ መንገድ ወይም ሁኔታ ማግኘት አይቻልም፡፡

በመከራ ውስጥ ስናልፍ ስለምናገኛቸው አራት ውጤቶች ገልጸአል፡፡ ከእነርሱም የመጀመሪያው ትዕግስት ነው፣ ትዕግሥት ለክርስትና ሕይወታችን በሚለውም አስፈላጊ ነው፡፡ ያለትዕግሥት እግዚአብሔር ያዘጋጀልንን በረከት ማግኘት አንችልም፡፡

ሁለተኛው፣ ፈተና ወይም ጽናት ነው፡፡ ይህ በመከራ ጸንቶ መቋቋምና መከራን ጥሶ ማለፍን ያመለክታል፡፡

ሶስተኛው ተስፋ ነው፡፡ ተስፋ ስንል ምኞት አይደለም፡፡ የዚህ ዓይነቱ ተስፋ ያለው ሰው ጽኑ፣ የማ ይበገር፣ ቆራጥና ብርቱ ነው፡፡ በመጨረሻም መልካም ነገር እንደሚደረግለት የማይናወጥ ተስፋ አለው፡፡

አራተኛው፣ የእግዚአብሔር ፍቅር በልባችን መፍሰሱ ነው፡፡ በፈተና ካለፍን በኋላ እግዚአብሔር እኛን በእንዴት ዓይነት ታላቅ ፍቅር እንደሚያፈቅረን እንረዳለን፡፡

ጳውሎስ ‹‹እንመካለን›› የሚለውን ቃል ሶስተኛ ጊዜ የሚጠቅሰው በቁጥር 11 ነው፡፡ ‹‹...በጌታችን በኢየሱስ ክርስቶስ በኩል በእግዚአብሔር ደግሞ እንመካለን›› እንደገና ለትምክህታችን ምክንያት ሊሆነን ስለሚገባ ነገር ያመለክታል፡፡ እግዚአብሔር ታላላቅ ስጦታዎችን ሰጥቶን ይሆናል፣ ከፍተኛ በረከትም አድርጎልን ይሆናል፣ ይሁን እንጂ፣ የትምክህታችን መሰረቱ እግዚአብሔር ራሱ እንጂ፣ ከእርሱ ያገኘናቸው ነገሮች አይደሉም፡፡ በመከራ ውስጥ ካለፍን ግን እዚህ ደረጃ ላይ አንደርስም፡፡ የአንድ ሰው ደስታና እርካታ መሠረት እግዚአብሔር ብቻ ከሆነ ያ ሰው ከፍተኛ መንፈሳዊ የዕድገት ደረጃ ላይ ደርሶአል ማለት ነው፡፡

ይህንን ትምህርት ማለትም ሮሜ ምዕራፍ 5 ላይ ከ1ኛ ቆሮንቶስ 13 ጋር አነጻጽረን መመልከቱ በጣም ጠቃሚ ነው፡፡ 1ኛ ቆሮንቶስ 13 ስለፍቅር የሚገልጽ ዝነኛ ምዕራፍ ነው፡፡ በሮሜ

መልእክቱ ጳውሎስ ወደ መለኮታዊ ፍቅር ሙላት የምንደርሰው በትዕግሥትና በፈተና በመጽናት እንደሆነ ያመለክታል፡፡ በ1ኛ ቆሮንቶስ 13 ደግሞ ፍቅር ሁሉን ይታገሣል፣ ሁሉን ተስፋ ያደርጋል፣ በሁሉም ይጸናል አለ፡፡ ስለዚህም ቅዱስ ቃሉ ፍቅርን ትዕግሥትን ነጣጥሎ አይመለከታቸውም ማለት ነው፡፡

እንደገና በሮሜ ምዕራፍ 5 እምነት፣ ተስፋና ፍቅር የክርስትና ሕይወት ሶስት ተከታታይ ገጽታዎች እንደሆኑ ያመለክታል፡፡ እምነት ወደ ተስፋ ይመራል፣ ተስፋ ደግሞ ወደ ፍቅር ይመራል፡፡ በ1ኛ ቆሮንቶስ 13፡13 እነዚሁኑ ሶስት ባሕርያት በቅደም ተከተላቸው መሠረት ካስቀመጣቸው በኋላ፣ ምንያቱም እንኳ እነዚህ ሶስት ባሕርያት ዘላለማዊ ቢሆኑም ከእነዚህ የሚበልጠው ፍቅር እንደሆነ ይናገራል፡፡ እምነት፣ ተስፋ ፍቅር እነዚህ ሶስቱ ጸንተው ይኖራሉ፣ ከእነዚህም የሚበልጠው ፍቅር ነው፡፡ በእግዚአብሔር ቃል መስተዋትነት እነዚህን ሶስት ባሕርያት ተመልክተናቸው ከሆነ ከማንነታችን ጋር እስኪዋሀዱ ገና የግል ገንዘባችን እስኪሆኑ ድረስ ዓይኖቻችን ከእነርሱ ላይ ማንሳት አይኖርብንም፡፡ እንዲህም ከሆነ- እኛም ሁላችን በመጋረጃ በማይከደን ፊት የጌታን ክብር እንደመስተዋት እያብለጨለጭን፣ መንፈስ ከሚሆን ጌታ ጋር እንደሚደረግ ያን መልክ እንመስል ዘንድ ከክብር ወደ ክብር እንለወጣለን የተባለው ቃል በሕ ይወታችን ይፈጸማል፡፡ (2ቆሮንቶስ 3፡18) ከክብር ወደ ክብር ማለት፣ ከእምነት ወደ እምነት ተስፋ፣ ከተስፋ ወደ ፍቅር መተላለፍን ያሳያል፡፡

መከራ በሕይወታችን ስለሚያስገኘው ውጤት ያዕቆብ ሲያስረዳ፣

(2) ወንድሞች ሆይ፣ የእምነታችሁ መፈተን ትዕግሥትን እንዲያደርግላችሁ አውቃችሁ፣

(3) ልዩ ልዩ ፈተና ሲደርስባችሁ እንደሙሉ ደስታ ቁጠሩት

(4) ትዕግሥትም ምንም የሚጎላችሁ ሳይኖር ፍጹማንና ምሉዓን ትሆኑ ዘንድ ሥራውን ይፈጽም አለ፡፡ (ያዕቆብ 1፡2-4)

ጳውሎስ በመከራችን እንድንመካ ሲነግረን፣ ያዕቆብ ደግሞ በመከራችን ደስ እንዲለን ይነግረናል፡፡ ይሁን እንጂ፣ ይህን አባባል ማንኛችንም ብንሆን ለመቀበል ያዳግተናል ጳውሎስም ሆነ ያዕቆብ እንደሚያስረዱን መከራ ትዕግሥት እንዲኖረን ያደርጋል፡፡ እግዚአብሔር ለሕይወታችን ያለው ዓላማ በሙላት መፈጸም የሚችለውም በትዕግሥት ብቻ ነው፡፡ ይህንንም ያዕቆብ ሲያብራራው - ‹‹የሚጎድላችሁ ሳይኖር ፍጹማንና ምሉአን ትሆኑ ዘንድ›› ብሎአል፡፡ እንግዲህ በመከራ ማለፋችን ይህን ሁሉ መልካም ውጤት የሚያስገኝ ከሆነ በደረሰብን መከራ ልንመካ ይገባናል ማለት ነው፡፡

በእሳት መፈተን

እንደ ጳውሎስና እንደ ያዕቆብ ሁሉ ሐዋርያው ጴጥሮስም እምነታችን በተለያየ ፈተና እንደሚያልፍ ይነግረናል፡፡ 1ጴጥሮስ 1፡5 ላይ ‹‹በእግዚአብሔር ኃይል ለተጠበቃችሁ›› ይላቸዋል፡፡ የእግዚአብሔር ኃይል በሕይወታቸው መሥራት የሚችለው በእምነታቸው አማካይነት እንደሆነ አጠንክሮ ይናገራል፡፡ ስለሆነም የእግዚአብሔር ማዳን ሲገለጥ ሙሉ ተሳትፎ እንዲኖራቸው ከተፈለገ በእምነታቸው መጽናት ይኖርባቸዋል፡፡ ይህን ካለ በኋላ በሚቀጥሉት ሁለት ቁጥሮች እምነታችን እንዴት እንደሚፈተን ያመለክታል፡፡

(5) በዚህም ‹‹በሰማይ የሚያገኙትን ደህንነት በመጠባበቅ›› እጅግ ደስ ይላችኋል፣ ነገር ግን በእሳት ምንም ቢፈተን ከሚጠፋው ወርቅ ይልቅ አብልጦ የሚከብር የተፈተነ እምነታችሁ፣

(6) ኢየሱስ ክርስቶስ ሲገለጥ፣ ለምስጋናና ለክብር ለውዳሴም ይገኝ ዘንድ አሁን ለጥቂት ጊዜ ቢያስፈልግ በልዩ ልዩ ፈተና አዝናችኋል፡፡ ከላይ በተሰጠው ክፍል ላይ የእምነታችንን መፈተን ከወርቅ በእሳት መፈተን ጋር ያነጻጽረዋል፡፡ እንደገና በምዕራፍ 4፡12-13 ላይ ደግሞ በምዕመናን ላይ ስለሚያደርሰው መከራ ሲገልጽ፣

(12) ወዳጆቼ ሆይ፣ በእናንተ መ ካከል እንደ እሳት ሊፈትናችሁ ስለሚሆነው መከራ ድንቅ ነገር እንዲመጣባችሁ አትደነቁ፡፡

(13) ነገር ግን ክብሩ ሲገለጥ ደግሞ ሐሴት እያደረጋችሁ ደስ እንዲላችሁ፣ ‹‹በክርስቶስ መከራ በምትካፈሉበት ልክ ደስ ይበላችሁ›› ይላል፡፡

አንዳንድ ጊዜ እንደ እሳት ሊፈትነን በሚመጣ መከራ መካከል ስናልፍ፣ ያልተለመደና እንግዳ ነገርም እንደገጠመን እናስባለን፡፡ ክርስቲያን ከሆንን በኋላ ምንም መከራ የማይደርስብን መስሎ ይታየናል፡፡ ጴጥሮስ ግን እሳት ወርቅን እንደሚያነጥረው ሁሉ እንዲህ ዓይነቱ መከራም እምነታችንን ለማጥራት አስፈላጊ መሆኑን አስረግጦ ይናገራል፡፡ ስለዚህም ‹‹ደስ ይበላችሁ›› ይላል፡፡ ጳውሎስና ያዕቆብ እንደተናገሩት ሁሉ ጴጥሮስም በመከራችን ደስ ሊለን እንደሚገባ ይናገራል፡፡

ነቢዩ ሚልክያስ ኢየሱስ ክርስቶስ ወደዚህ ምድር ከመጣ በኋላ አንጥረኛ ብርና ወርቅን እንደሚያጠራ ሁሉ እርሱም ሕዝቡን እንደሚያጠራ በትንቢት ሲያመለክት፣

> (2) ነገር ግን እርሱ እንደ አንጥረኛ እሳትና እንደ አጣቢ ሳሙና ነውና የሚመጣበትን ቀን መታገሥ የሚችል ማነው? እርሱስ በተገለጠ ጊዜ የሚቆም ማነው?
>
> (3) እርሱም ብርን እንደሚያነጥርና እንደሚሰራ ሰው ይቀመጣል፣
>
> የሌዊንም ልጆች ያጠራል! እንደ ወርቅና ብርም ያጠራቸዋል፣ እነርሱም ለእግዚአብሔር በጽድቅ ቁርባንን የሚያቀርቡ ይሆናሉ፡፡
>
> (ሚልኪያስ 3፡2-3)

የጥንት ሰዎች ወርቅንም ሆነ ብርን ሲያጠሩ እንዲጠራ የሚፈልጉትን ነገር ውኋ ባለበት ማሰሮ አድርገው በእሳት ወላፈን ላይ ያንጠላጥሉት ነበር፡፡ እሳቱ ይበልጥ ኃይል እንዲያገኝም

ያደርጋል፡፡ በማሰሮ የተጣደው ወርቅ ሲፍለቀለቅ ወርቁ ላይ ያለው ቆሻሻ ወደ ላይ ይንሳፈፋል፡፡ አንጥረኛው ይህን ቆሻሻ በጭልፋ እያወጣ ወደ ውጭ ይጥለዋል፡፡ ከብር ዝገትን አስወግዱ ፈጽሞም ይጠራል ምሳሌ 25፥4 በዚህ ሁኔታ ቆሻሻው ሁሉ ከተወገደ በኋላ በመጨረሻ የነጠረው ወርቅ ብቻ ይቀራል፡፡

አንድ አንጥረኛ የራሱን መልክ ነጸብራቅ በወርቅ ወይም በብሩ ላይ እስኪያይ ድረስ እንደሚያጠራው ሁሉ፣ እግዚአብሔርም የእርሱን ባሕርይ በልጆቹ ሕይወት እስኪመለከት ድረስ በተለያየ ፈተና እንዲያልፉ ያደርጋል፡፡

መከራና ፈተና የእርሱን ቅድስና እንዲካፈሉ እግዚአብሔር ልጆቹን የሚያነጥርበት ምድጃ ነው፡፡ የብሉይ ኪዳን ነብያትም ይህንን እውነት ውብ በሆነ አነጋገር ገልጸውታል፡፡ እግዚአብሔር የሕዝቡን ቅሬታ (ከተለያየ ፍርድና ቅጣት የተረፉትን) እንዴት እንዳጠራቸው በኢሳይስ 48፥10 ሲናገር፡-

> (10) ‹‹እነሆ አንጥሬሀለሁ ነገር ግን እንደ ብር አይደለም በመከራም እቶን ፈትኜሀለሁ›› እንደገና በዘካርስ 13፥9 ደግሞ
>
> (9) ሶስተኛውንም ክፍል ወደ እሳት እገባለሁ፣ ብርም እንደሚነጥር አነጥራቸዋለሁ፣ ወርቅም እንደሚፈተን እፈትናቸዋለሁ እነርሱም
> ስሜን ይጠራሉ፣ እኔም እሰማቸዋለሁ፣ እኔም ይህ ህዝቤ ነው እላለሁ እርሱም እግዚአብሔር አምላኬ ነው ይላል፡፡

ወርቅ ወይም ብር በእሳት ሲፈተን ብቻ ነው እውነተኛ ዋጋ ሊኖረው የሚችለው፡፡ በእሳት ያልተፈተነ ወርቅ ወይም ብር ግን ጥራት ይጎድለዋል፡፡ እንዲህ ዓይነቱ ወርቅ ወይም ብር ‹‹የተናቀ›› ይባላል፡፡ ከኤርምያስ 6፥30 ላይ እንደምንመለከተው ‹‹እግዚአብሔር እስራኤላውያን በተለያየ የመከራ እሳት ሊያነጥራቸውና ሊያጠራቸው ፈለገ፣ እነርሱ ግን ከኋጢአታቸው አልተወገዱም፣ ለመንጻትም ሆነ ለመጥራት አልፈለጉም ስለዚህ የተጣለ ብር›› ተባሉ፡፡

በአዲስ ኪዳን ደግሞ ጴጥሮስ፣ ያዕቆብና ጳውሎስ በተለያየ መከራ በምናልፍበት ወቅት እምነታችን እንደሚፈተን አመልክተዋል፡፡ በዚህም እሳት ተፈትኖ ካልጠራ በቀር እምነታችን ተቀባይነት ሊኖረው አይችልም፡፡ የመጨረሻውን ራት ከደቀመዛሙርቱ ጋር አብሮ በበላበት ምሽት በቅርቡ እንደሚክደው ኢየሱስ ለጴጥሮስ ነግሮት ነበር፡፡ ከዚህም ጋር አያይዞ፣ ስምኦን ሆይ፣ እነሆ ሰይጣን እንደ ስንዴ ሊያበጥራችሁ ለመነ እኔ ግን እምነትህ እንዳይጠፋ ስለአንተ አማለድሁ አለ፡፡ (ሉቃ. 22፡32) ከደካማነቱ የተነሳ በሚመጣው ፈተና ጴጥሮስ መውደቁ የማይቀር ነው፡፡ ይሁን እንጂ ውድቀቱ የመጨረሻው አይሆንም፡፡ እምነቱ እንዳይጠፋ ወደጌታ የመመለስ ዕድል አለው፡፡

እኛም ብንሆን አንዳንድ ጊዜ እጅግ በጣም አስቸጋሪ በሆኑ ሁኔታዎች እናልፋለን፡፡ ምናልባትም እንደ ጴጥሮስ እንወድቅ ይሆናል፡፡ ወድቀን መቅረት የለብንም፡፡ እምነታችን እንዳይጠፋ እንደገና ወደ ጌታ የመመለስ ዕድል አለን፡፡ የክርስትና እምነታችን ከወርቅና ከብር ይልቅ የከበረ እንደሆነ ተገልጾአል፡፡ በፈተናው ተውጠን ከቀረን ግን እንደ ኢዮብ «የምሄድበትን መንገድ ያውቃል ከፈተነኝም በኋላ እንደ ወርቅ እወጣለሁ» የሚል የድል ቃል መናገር አንችልም (ኢዮብ. 23፡10)

ሁለት የፈተና ዓይነቶች

በማቴዎስ 13፡3-8 18-23 ስለዘሪው የተሰጠው ምሳሌ የእግዚአብሔርን ቃል ሰዎች በአራት የተለያየ ሁናቴ እንደሚቀበሉት ያመለክታል፡፡ በመንገድ ዳር የወደቀው ዘር፣ የእግዚአብሔርን ቃል እንደሚገባ በልቡ ያልተቀበለ ሰውን ያመለክታል፡፡ በመልካም መሬት ላይ የወደቀው ዘር፣ ቃሉን ሰምቶ የሚያስተውል፣ ከዚያም አልፎ የሚቀበልን ሰው ያመለክታል፡፡ በእነዚህ መካከል ግን ሁለት ዓይነት ሰዎች እንዳሉ ኢየሱስ ገልጾአል፡፡ አንደኛው በጭንጫ ላይ በወደቀው ዘር ሲመሰል፣ ሌላው ደግሞ በእሾህ መካከል በወደቀው ፍሬ ተመስሎአል፡፡ እነዚህ ሁለት ሰዎች የእግዚአብሔርን ቃል ለጊዜው ቢቀበሉም ፍሬ አያፈሩም፡፡ የተለያየ ፈተና ሲገጥማቸው ከዚያ አልፈው ከመውጣት ይልቅ ተውጠው ይቀራሉ፡፡ ለመሆኑ እነዚህን ሁለት ሰዎች የገጠማቸው ፈ ተና ምን ነበር? እስቲ

በመጀመሪያ በጭንጫ ላይ ስለወደቀው ዘር እንመልከት፥ በማቴዎስ 13፥20 -21 ስለእንደነዚህ ዓይነት ሰዎች ኢየሱስ ሲያስረዳ፥

> (20) በጭንጫ ላይ የተዘራም ይህ ቃሉን ሰምቶ ወዲያው በደስታ የሚቀበለው ነው፡፡
>
> (21) ነገር ግን ለጊዜው ነው እንጂ በእርሱ ሥር የለውም፥ በቃሉ ምክንያት መከራ ወይም ስደት በሆነ ጊዜ ወዲያው ይሰናከላል አለ፡፡

እዚህ ላይ መከራና ስደት እንደሚመጣ እርግጠኛ ሆኖ ይናገራል እንጂ ምናልባት ስደት ወይም መከራ ቢመጣ የሚል ቃል አለመሰጠቱን ማስተዋል አለብን፡፡ የእግዚአብሔርን ቃል በተቀበለ ማንኛውም ሰው ላይ ስደት ወይም መከራ መድረሱ የማይቀር ነው፡፡ ጥያቄው በመከራው ውስጥ ተውጠን እንቀር ይሆን? ወይስ በመከራው ጠርተንና ነጥረን እንወጣ ይሆን? የሚል መሆን አለበት፡፡ ስለዚህም የእግዚአብሔር ቃል ወደ ውስጣዊ ሕይወታችን ዘልቆ እንዲገባና ለእርሱ ፈቃድ እንድንገዛ እንዲያደርገን ልንፈቅድለት ይገባል፡፡ በልባችን የተዘራው ቃል እንዳይበቅል የሚያግድ ምንም ዓይነት ‹‹ጭንጫ›› ስፍራ በሕይወታችን እንዳይኖር ልዩ ጥንቃቄ ማድረግ አለብን፡፡

በእሾህ ስለተዘራው ዘር የተነገረውስ ምንድነው? በማቴዎስ 3፥22 ኢየሱስ ስለዚህ ዓይነት ሰው ሲናገር፥

(22) ‹‹በእሾህ መካከል የተዘራውም ይህ ቃሉን የሚሰማ ነው፥ የዚህ ዓለም አሳብና የባለጠግነት መታለል ቃሉን ያንቃል የማያፈራም ይሆናል›› አለ፡፡

እንደነዚህ ዓይነት ሰዎችን ከእምነት ጉዞ የሚያዘናጋቸው ስደት ወይም መከራ ሳይሆን፥ የዚህ ዓለም አሳብና የባለጠግነት መታለል ናቸው፡፡ ታዋቂ ወይም ዝነኛ የመሆን ፍላጎት የተቀበሉት ቃል ፍሬ እንዳያፈራ ያንቃል፡፡ በእነዚህ ሰዎች ውስጥ ዓለማዊነትን እንጂ የክርስቶስን ባሕርይ መመልከት አይቻልም፡፡

በሌላ ወገን ደግሞ ማንኛውም አማኝ ከላይ ለተጠቀሱት ሁለት የፈተና ዓይነቶች ሊጋለጥ እንደሚችል እንመለከታለን፡፡ የመጀመሪያው ፈተና የሚመጣው ነገሮች ሁሉ ምቹ ባልሆኑበት ጊዜ ሲሆን፣ ሁለተኛው ፈተና የሚመጣው ግን ሁሉ በተሟሉበትና በተመቻቹበት ጊዜ ነው፡፡ አንዳንድ ሰዎች በስደት ይሰናከላሉ፣ ሌሎች ደግሞ የሚሰናከሉት በምቾትና በድሎት ነው፡፡ በመጽሐፈ ምሳሌ ውስጥ ለእነዚህ ሁለት የተለያዩ ሰዎች የሚሆን ቃል ተሰጥቶአል፡፡ በመከራ ስለሚሸነፉ ሰዎች የሚሆን ቃል ተሰጥቶአል፡፡ በመከራ ስለሚሸነፉ ሰዎች - ‹‹በመከራ ቀን ብትላላ ጉልበትህ ጥቂት ነው ይላል፡፡ ምሳሌ 24፡10 በድሎትና በምቾት ይገድላቸዋል፣ ሰነፎችንም ብልጽግናቸው ያጠፋቸዋል›› ይላል ምሳሌ 1፡32

በጣም የሚያሳዝነው ሰለሞን ራሱም ቢሆን ብልጽግናቸውና ምቾታቸው ካጠፋቸው ሰዎች ወገን መሆኑ ነው፡፡ ምንም እንኳ ከማንም ይልቅ እግዚአብሔር ጥበብ የሰጠው ሰው ቢሆንም ብልጽግናውና የኑሮው ምቾት አጠፋው፡፡

ሙሴ ግን እነዚህን ሁለት የፈተና ዓይነቶች አሸንፎ አልፎአል፡፡ ለ40 ዓመት ያህል በግብጻውያን አደባባይ ሲቀማጠል ኖረ፡፡ ምናልባትም ከፈርኦን በኋላ ዙፋኑን የሚወርሰው እርሱ ሳይሆን አይቀርም፡፡ ለአካለ መጠን ከደረሰ በኋላ ግን ከዚህ ሁሉ ብልጽግናና ምቾት ተለየ፡፡ ይህም በዕብራውያን 11፡24-25 በሚገባ ተገልጾአል፡፡

(24) ሙሴ ካደገ በኋላ የፈርኦን የልጅ ል ጅ እንዳይባል በእምነት እምቢ አለ፡፡

(25) ከግብጽም ብዙ ገንዘብ ይልቅ ስለ ክርስቶስ መነቀፍ እጅግ የሚበልጥ ባለጠግነት እንዲሆን አስቦአልና ለጊዜው በኃጢአት ከሚገኝ ደስታ ይልቅ ከእግዚአብሔር ሕዝብ ጋር መከራ መቀበልን መረጠ፡፡

ለሚቀጥለው 40 ዓመት ደግሞ ከፍተኛ መከራ ውስጥ ወደቀ፡፡ ወደ ምድረ በዳው አገር ተሰደደና አንዲት ሴት አገባ፡ እዚያም የአማቱን በጎች ይጠብቅ ነበር፡ በዓለም ዓይን ተናቀ፡፡

እስራኤላውያንን ለመምራትና ነጻ ለማውጣት የተመረጠው 40 ዓመት ይህን በመሰለ መከራ ከማቀቀ በኋላ ነበር፡፡ ሙሴ - ምንም እንከን ሳይኖርባችሁ በሕይወት የበሰላችሁና ፍጹማን ትሆኑ ዘንድ በፈተናችሁ ሁሉ
ትዕግስት የበዛላችሁ፡ ሁኑ (ያዕ. 1፡4 ሕያው ቃል) በማለት ለተነገረው ቃል ዓይነተኛ ምሳሌ ነው፡፡

ሁለቱ አስመሳዮች

አንዳንድ ጊዜ ነገር ሁሉ የተሳካልን ይመስለናል፡ አንዳንድ ጊዜ ደግሞ ያላሰብነው ውድቀት ይገጥመናል፡፡ ሁለት አስመሳዮች ያልናቸው የኑሮ መሳካትንና አለመሳካትን ነው፡፡ ሁለቱም ቢሆኑ መስለው የሚታዩትን ያህል ዘላቂ ወይም ዘላለማዊ አይደሉም፡፡ ያልሆኑትን ግን መስለው ለመታየት ይሞክራሉ፡፡

የሕይወት መሳካትንም ሆነ ውድቀትን እንደ ኢየሱስ ሚዛናቸውን ጠብቆ ያስተናገዳቸው የለም፡፡ አንድ ጊዜ የአገሩ ሕዝብ ሁሉ ግልብጥ ብሎ ተቀበለው፡ ወደ ኢየሩሳሌም በሚሄድበት ወቅት እ ንደነቢይ የተቀበሉት ሰዎች ልብሳቸውን በመሬት ላይ አንጥፈውት ነበር፡፡ ከአንድ ሳም ንት በኋላ ግን በዚህ ሁኔታ የተቀበሉት ሰዎች ‹‹ስቀለው! ስቀለው!›› እያሉ መጮህ ጀመሩ፡፡ የቅርብ ጓደኞቹና ወዳጆቹ ሁሉ ከዱት፡፡ ይሁን እንጂ ኢየሱስ ደስታውንም ሆነ ሀዘኑን በሚገባ ያዘው፡፡ በደስታውም ይሁን በኃዘኑ፡ የኢየሱስ ትልቁ ዓላማ የእግዚአብሔርን ፈቃድ ማድረግና የሰጠውንም ሥራ መፈጸም ነበር፡፡ በኃዘኑም ጊዜ በመከራውም ጊዜ ፍጹም አሸናፊ እንዲሆን የረዳውም ይህ የማያወላውል ዓላማው ነበር፡፡

የዕብራውያን መልእክት ጸሐፊ በተለያየ ፈተና አሸናፊ የሆኑ የብሉይ ኪዳን ሰዎችን ከጠቀሰ በኋላ ግን የትዕግሥትና የድል አድራጊነት ፍጹም ምሳሌ እንደሆነ የሚያቀርበው ኢየሱስ ክርስቶስን ነው፡፡ ዕብራውያን 12፡ 1-2

(1) እንግዲህ እነዚህን የሚያህሉ ምስክሮች እንደደመና በዙሪያችን ካሉን እኛ ደግሞ ሸክምን ሁሉ ቶሎም የሚከበንን ኃጢአት አስወግደን፣ የእምነታችንን ራስና ፈጻሚውን ኢየሱስ ክርስቶስን ተመልክተን በፊታችን ያለውን ሩጫ በትዕግሥት እንሩጥ፣

(2) እርሱ ነውርን ንቆ በፊቱም ስላለው ደስታ በመስቀል ታግሶ በእግዚአብሔር ዙፋን ቀኝ ተቀምጦአልና፡፡

በዚህ ምክር መሠረት ኢየሱስን ምሳሌያችን ካደረግን በእርግጥም እርሱ የእምነታችን ራስና ፈጻሚ መሆኑን እንገነዘባለን፡፡ በጸጋው ሥራውን በውስጣችን ማከናወን የጀመረ አምላክ፣ እርሱ ራሱ በጸጋው ይፈጽመዋልና፡፡ የእርሱ ድል ዋስትናችን ነው፡፡ እርሱ ከእኛ የሚፈልገው ጉዳይ ቢኖር ዓይኖቻችን እርሱን ብቻ እንዲመለከቱ ነው፡፡

ማጠቃለያ

እምነታችን በተለያየ መከራ እንደሚፈተን ቅዱሳት መጻሕፍት ግልጽ አድርገውልናል፡፡ እውነተኛ ክርስቲያናዊ ባሕርይ በውስጣችን ለመፈጠር የሚችለውም እምነታችን በፈተና ሲያልፍ ብቻ ነው፡፡ ጳውሎስ ፈተና ስለሚያስገኛቸው አራት ውጤቶች ያመለክታል የመጀመሪያው ትዕግሥት፣ ሁለተኛው ጽናት፣ ሶስተኛው ተስፋ፣ አራተኛው ፍቅር ናቸው፡፡ በመጨረሻም ፈተና በእግዚአብሔር ብቻ እንጂ በማንኛውም ነገር እንዳንደገፍ ወይም እንዳንረካ ያደርገናል፡፡

ያዕቆብና ጴጥሮስ መከራ ወይም ፈተና ለክርስቲያናዊ ሕይወት እድገታችን በጣም አስፈላጊ መሆኑን ይናገራሉ፡፡ ጴጥሮስ የሚደርስብንን መከራ ወርቅን ለማጥራትና ለማንጠር ከሚነድ እሳት ጋር ያመሳስለዋል፡፡ የብሉይ ኪዳን ነቢያትም በ እስራኤል ላይ ይደርስ የነበረውን መከራ ወርቅን በሚያጠራ እሳት ይመስሉት ነበር፡፡

ጳውሎስ ያዕቆብና ጴጥሮስ የፈተናውን ዓላማ እንደሚገባ ከተረዳን በደስታ ልንቀበለው እንደሚገባ አጠንክረው ይነግሩናል፡፡ ከፈተናው ጽናት የተነሳ ለጊዜው ብንወድቅም እምነታችን መናወጥ የለበትም፡፡ ፈተና ሁለት ገጽታዎች አሉት፣ የመጀመሪያው መከራና ስደት ወይም አስከፊ ሁኔታ ሲሆን፣ ሁለተኛው ደግሞ ምቾት፣ ድሎትና የኑሮ መሳካት ነው፡፡ ሙሴ እነዚህ ሁለት ፈተናዎች ቢደርሱበትም አሸናፊ ለመሆን፣ ከዚያም በእግዚአብሔር የተመረጠ መሪ ለመሆን በቅቷል፡፡ ይሁን እንጂ የኑሮ መሳካትም ሆነ ውድቀትን ድል ለማድረግ ፍጹም ምሳሌያችን ለመሆን የበቃው ኢየሱስ ክርስቶስ ራሱ ነው፡፡ የእርሱን አርአያ በተከተልን መጠን ከጊዜ ወደ ጊዜ እምነታችን ያድጋል፡፡

ምዕራፍ አስር
የእምነት መጠን

በክርስትና እምነት ውስጥ ሊኖረው ስለሚገባው ስፍራ ጳውሎስ በሮሜ 12፥1-8 የሰጠውን ገለፃ በሰፊው እንመልከት፡፡

(1) እንግዲህ ወንድሞች ሆይ፥ ሰውነታችሁን እግዚአብሔርን ደስ የሚያሰኝና ሕያው ቅዱስም መስዋዕት አድርጋችሁ ታቀርቡ ዘንድ በእግዚአብሔር ርኅራሄ እለምናችኋለሁ፥ እርሱም ለአእምሮ የሚመች አገልግሎታችሁ ነው፡፡

(2) የእግዚአብሔር ፈቃድ እርሱም በጎና ደስ የሚያሰኝ ፍጹምም የሆነው ነገር ምን እንደሆነ ፈትናችሁ ታውቁ ዘንድ በልባችሁ መታደስ ተለወጡ እንጂ ይህን ዓለም አትምሰሉ፡፡

(3) እግዚአብሔር ለእያንዳንዱ የእምነትን መጠን እንዳካፈለው፥ እንደ ባለአእምሮ እንዲያስብ እንጂ ማሰብ ከሚገባው አልፎ እንዳያስብ በመካከላችሁ ላለው ለእያንዳንዱ በተሰጠኝ ጸጋ እናገራለሁ፡፡

(4) በአንድ አካል ብዙ ብልቶች እንዳሉን፥ የብልቶችም ሁሉ ሥራ አንድ እንዳይደለ፥

(5) እንዲሁ ብዙዎች ስንሆን በክርስቶስ አንድ አካል ነን፥ እርስ በርሳችንም እያንዳንዳችን የሌላው ብልቶች ነን፥

(6) እንደተሰጠንም ጸጋ ልዩ ልዩ ስጦታ አለን! ትንቢት ቢሆን እንደ እምነታችን መጠን ትንቢት እንናገር፡፡

(7) አገልግሎት ቢሆን በአገልግሎታችን እንትጋ፣ የሚያስተምርም ቢሆን በማስተማሩ ይትጋ፡፡

(8) የሚመክርም ቢሆን በመምከሩ ይትጋ የሚሰጥ በልግስና ይስጥ፣ የሚገዛ በትጋት ይግዛ የሚምር በደስታ ይማር፡፡

ጳውሎስ ይህንን ምዕራፍ የሚጀምረው እንግዲህ ... በሚል ቃል ነው፡፡ አንድ ሰው ሲናገር በመጸሐፍ ቅዱስ ውስጥ እንዲህ የሚል ቃል ሲገጥመን ፀሐፊው ምን ማለት እንደፈለገ አስቀድሞ በተሰጠው ክፍል መረዳት አለብን ብሎአል፡፡ እዚህ ላይ ጳውሎስ ‹‹እንግዲህ›› ሲል ባለፉት ምዕራፎች ከሰጠው ገለጻ ጋር የተያያዘ ነው ማለት ነው፡፡ ከምዕራፍ 1-8 ባሉት ምዕራፎች ኢየሱስ በመስቀል ላይ በሞተበት ጊዜ ለኃጢአትና ኃጢአት ለሚያስከትለው ውጤት ተገቢውን መስዋዕት እንደከፈለ ያመለክታል፡፡ ከ9-11 ባሉት ምዕራፎች ደግሞ በብሉይ ኪዳን የእግዚአብሔር የቃል ኪዳን ሕዝብ የነበሩትን የእስራኤላውያንን ልበ ደንዳናነት ካመለከተ በኋላ ዛሬም ቢሆን ወደ እርሱ እንዲመለሱ እንደሚጠራቸው ይገለጻል፡፡ በዚህ ሁኔታ እግዚአብሔር ለአሕዛብም ሆነ ለአይሁዳዊያን ስላደረገው ምሕረት ካሳየ በኋላ ‹‹እንግዲህ...›› ለእግዚአብሔር የምናቀርበው መስዋዕት ምንድነው? ይላል፡፡ እግዚአብሔር ከእኛ የሚፈልገው ሰውነታችንን እርሱን ደስ የሚያሰኝና ሕ ያው ቅዱስም መስዋዕት አድርገን እንድናቀርብ ነው፡፡ እዚህ ላይ ጳውሎስ ‹‹ሕያው መስዋዕት›› ሲል ክርስቲያናዊውን መስዋዕት ከአሮጌው ኪዳን ማለትም ከብሉይ ኪዳን መስዋዕት ጋር ማነጻጸሩ ነው፡፡ በዚያ ዘመን ለመስዋዕት የሚቀርበው እንስሳ መጀመሪያ ከ ተገደለ በኋላ ነበር በመሰዊያው ላይ የሚቀመጠው፡፡ በክርስትና እምነት መሠረት ግን መስዋዕቱ ሰውነታችን ነው፡፡ ሕያው ሰውነታችን እግዚአብሔርን ለማገልገል መስዋዕት ሆኖ መቅረብ አለበት፡፡

ሰውነታችን ሕያው መስዋዕት አድርገን ለእግዚአብሔር ማቅረባችን ሙሉ በሙሉ ሕይወታችንን ለእርሱ መስጠታችንን ያመለክታል፡፡ የእግዚአብሔር ፈቃድ በተለያየ መልኩና ገጽታው በሕይወታችን የሚፈጸመውም ከዚያ በኋላ ነው፡፡ በመጀመሪያ

ሕይወታችን ይለወጣል፡፡ ዓለምን መምሰል እንተዋለን፣ አኗኗራችን ይለወጣል፡፡ ይህ ለውጥ የሚመጣው እንደምግብ፣ መጠጥና አልባሳት የመሳሰሉ ውጫዊ ነገሮችን በማሟላት አይደለም፡፡ ለውጡ የሚጀምረው ከአእምሮአችን ነው፡፡ ምርጫችን፣ ዝንባሌአችንና በሕይወታችን ቅድሚያ የምንሰጠው ነገር ሁሉ ይስተካከላል፡፡ አእምሮአችን ይለወጣል፣ ይታደሳል፡፡ በሮሜ 8፡7 ላይ ጳውሎስ ‹‹ምንጊዜም ቢሆን ሥጋዊ ተፈጥሮ (አእምሮ) ለእግዚአብሔር ሕግ ስለማይታዘዝ፣ መታዘዝም ስለማይችል የእግዚአብሔር ጠላት ነው፡፡ ›› በማለት መናገሩ ይታወሳል፡፡ ‹‹ሥጋዊ አእምሮ ከኃጢአተኛ ባሕርያት የሚመነጭ ሥጋዊ አስተሳሰባችንና አመለካከታችን ነው፡፡ ይህ አእምሮ የእግዚአብሔር ጠላት ነው፡፡ ማናችንም እንደምናውቀው አንድ ሰው ሚስጢሩንና ሀሳቡን ለጥለኛው አይገልጽም፡፡ እግዚአብሔርም እንደዚያው ነው፡፡ አእምሮአችን የእርሱ ጠላትና
ተቃዋሚ እስከሆንን ድረስ ብዙ ለእኛ የማይገልጻቸው ሚስጢሮችና ውብ ዓላማዎች አሉት፡፡ ሕይወታችንን ሙሉ በሙሉ ለእግዚአብሔር ስንሰጥ ከእርሱም ጋር ስንታረቅ ግን አእምሮአችን ከጊዜ ወደጊዜ በመንፈስ ቅዱስ መታደስ ይጀምራል፡፡

እግዚአብሔር ፈቃዱንና ለሕይወታችን ያለውን ዓላማ በመንፈስ ቅዱስ ለተለወጠው ወይም ለታደሰው አእምሮአችን መግለጽ ይችላል፡፡ አእምሮአችን መታደስ ሲጀምር እግዚአብሔር የሚገልጽልን ፈቃዱ ሶስት ገጽታዎች አሉት፡፡ በመጀመሪያ ደረጃ የእግዚአብሔር ፈቃድ በጎ (መልካም) ነው፡፡ በሁለተኛ ደረጃ፣ የእግዚአብሔር ፈቃድ ፍጹም ደስ የሚያሰኝ ነው፡፡ በሶስተኛ ደረጃ፣ የእግዚአብሔር ፈቃድ ፍጹም የተሟላ ነው፡፡ ለሕይወታችን የሚያስፈልገንን ሁሉ ያሟላልናል፡፡

አእምሮአችን በዚህ ሁኔታ ከተለወጠ ማንም ቢሆን፡- ‹‹እንደ ባለ አእምሮ እንጂ ማሰብ ከሚገባው አልፎ በትዕቢት›› አያስብም፡፡ ትዕቢተኛና ለራሳችን ብቻ የምንኖር መሆናችን ይቋረጥና ጭምት፣ አስተዋይና ረጋ ያልን እንሆናለን፡፡ የኢየሱስ ክርስቶስ አእምሮ ስለሚኖረን እርሱ እንደተናገረው ሁሉ እኛም ለእግዚአብሔር ፈቃድ ቅድሚያ እንሰጣለን፡፡ ኢየሱስ ምን ያህል ለእግዚአብሔር ፈቃድ

ቅድሚያ ይሰጥ እንደበር ሲያመለክት- «የአንተ (የእግዚአብሔር) ፈቃድ እንጂ፣ የእኔ ፈቃድ አይሁን» አለ፡፡ አእምሮአችን በመንፈስ ቅዱስ ሲለወጥ ከራሳችን እቅድና ዓላማ ይልቅ የእግዚአብሔር እቅድና ዓላማ ይበልጥብናል፡፡

እግዚአብሔር ለእያንዳንዳችን የተለያየ «የእምነት መጠን» አድሎናል፡፡ ምን ያህል የእምነት መጠን ሊኖረን እንደሚገባ የሚወስነው እግአብሔር ራሱ እንጂ እኛ አይደለንም፡፡ እግዚአብሔር መስፈሪያ ወይም ሚዛን ነው?

ለዚህ ጥያቄ መልስ እንዲሆነን ሐዋርያው የክርስቶስ አካል እንዴት እንደሚሰራ ወይም እንዴት እንደሚንቀሳቀስ ይገልጻል- «በአንድ አካል ብዙ ብልቶች እንዳሉን፣ የብልቶችም ሁሉ ሥራ አንድ እንዳይደለ፣ እንዲሁ ብዙዎች ስንሆን በክርስቶስ አንድ አካል ነን፣ እርስ በርሳችንም እያንዳንዳችን የሌላው ብልቶች ነን፤ (ሮሜ 12፡4-5) እኛ ክርስቲያኖች የአንድ «አካል» ብልቶች ነን፡፡ በዚህ አካል ውስጥ ራሱን የቻለ ስፍራ፣ ራሱን የቻለ ድርሻ አለን፡፡ አንዱ አፍንጫ ቢሆን ሌላው ጆሮ ነው፣ አንዱ እግር ቢሆን ሌላው እጅ ነው፡፡

በ1ኛ ቆሮንቶስ 12፡12-28 ጳውሎስ ስለአካሉና ስለ አካል ብልቶች ሰፋ ያ ገለጻ ይሰጣል፡፡ ጳውሎስ «እግዚአብሔር እንደወደደ ብልቶችን እያንዳንዳቸው በአካል አድርጎአል» ይላል፡፡ (ቁ.18) ማናችንም ብንሆን በአካል ውስጥ የያዝነውን ስፍራ ወይም የሥራ ድርሻ ያገኘነው በምርጫችን አይደለም፡፡ ማድረግ የሚገባን ነገር ቢኖር እግዚአብሔር ባስቀመጠን ስፍራ መቀመጥና የሰጠንን የሥራ ድርሻ እንደሚገባ መወጣት ብቻ ነው፡፡ የእግዚአብሔርን ፈቃድ ብቻ በጸጋ ለመቀበል ደግሞ የተለወጠ አእምሮ ያስፈልጋል፡፡

ጳውሎስ እንደሚያስረዳን ምንም እንኳ በክርስቶስ አካል ብልቶች ብንሆንም እርስ በርስ የተያያዝንና የተደጋገፍን ነን፡፡ አንዱ ብልት ለሌላው ያስፈልገዋል፡፡ አንዱ ብልት ሌላውን ችላ በማለት የፈቀደውን ማድረግ አይችልም፡፡ ዓይን እጅን አታስፈልገኝም ልትለው አትችልም! ራስ ደግሞ እግርን

አታስፈልገኝም ሊለው አይችልም፡፡ (ቁ 21) ራስ የክርስቶስ ምሳሌ ሲሆን፣ ከፍተኛ ስፍራ የሚሰጠው የአካል ብልት ነው፡፡ (ኤፌሶን 4፡15) እግር ደግሞ በአካል መጨረሻ የሚገኝ ክፍል ነው፡፡ ይሁን እንጂ ለራሱ እግሮች ያስፈልጉታል፡፡ እንግዲህ ይህንን ስንረዳ ማንም ሰው በአካል ውስጥ ‹‹ለምን ይህን ስፍራ አልያዝኩም›› በማለት በትዕቢት መናገር ወይም ማሰብ እንደሌለበት ግልጽ ይሆንልናል፡፡ ጳውሎስ ማንም ‹‹ማሰብ ከሚገባው አልፎ በትዕቢት እንዳያስብ›› ያለውም በዚህ ምክንያት ነው፡፡

ስለአካል የተሰጠው ምሳሌ፣ ‹‹የእምነት መጠን›› ሲባል ምን ማለት እንደሆነ ግልጽ ያ ደርግልናል፡፡ እያንዳንዳችን ብ ልቶች እንደመሆናችን መጠን ራሱን የቻለ ሥራ አለን፡፡ ይህን የሥራ ድርሻችንንም ለመወጣት የተወሰነ ‹‹የእምነት መጠን›› ያስፈልገናል፡፡

ለአንዱ የሚያስፈልገው መጠን ለሌላው ከሚያስፈልገው እምነት መጠን ይለያያል ዓይን ለማየት የሚስፈልገውን እምነት ይፈልጋል፡፡ እጅ ደግሞ ለእጅ የሚገባውን እምነት ይፈልጋል፣ እግርም እንዲሁ ለእግር የሚያፈልገውን እምነት ይፈልጋል፡፡ ለእጅ የሚያስፈልገው እምነት ለእግር አይሰጠውም፣ ዓይን እንዲያይ የሚረዳው እምነት ለጆሮ አይሰጠውም፣ እያንዳንዱ ብልት ለሥራው የሚያስፈልገው እምነት ይሰጠዋል፡፡

እግዚአብሔር በሰጠን ‹‹የእምነት መጠን›› እንደሚገባ ከተጠቀምንበት ተጨማሪ ከፍተኛ መንፈሳዊ ስጦታ ይታደለናል፡፡ ይህም ‹‹የመንፈስ ቅዱስ ስጦታዎች (በግሪክ - ካሪስማታ) የምንለው ነው፡፡ ‹‹እንደተሰጠንም ጸጋ ልዩ ልዩ ስጦታ አለን፣ ትንቢት ቢሆን እንደ እምነታችን መጠን ትንቢት እንናገር ...›› (ሮሜ 12፡6) ከትንቢት ስጦታ ሌላ ጳውሎስ ስድስት ተጨማሪ ስጦታዎችን ጠቅሶአል፡፡ እነዚህም ስጦታዎች አገልግሎት፣ የማስተማር፣ የመምከር፣ የመስጠት፣ የመምራትና ምሕረትን የማሳየት ናቸው፡፡ ይሁን እንጂ ያሉት ስጦታዎች እነዚህ ብቻ አይደሉም፤ ጳውሎስ ይህንን ዝርዝር ያቀረበው ለምሳሌ እንዲሆነን ብቻ ነው፡፡

መንፈሳዊ ስጦታዎችን ከመለማመዳችን ወይም ከማግኘታችን በፊት ግን በአካሉ ውስጥ ትክክለኛ ስፍራችንን ማወቅና፣ የተሰጠንን የሥራ ድርሻ እንደሚገባ መወጣት አለብን፡፡ ብዙ ክርስቲያኖች ይህንን ድርሻቸውን ሳይወጡ ተጨማሪ የመንፈስ ቅዱስ ስጦታዎች እንዲሰጣቸው ይጸልያሉ፣ ታላላቅ አገልግሎት እንዲኖራቸው ይፈልጋሉ፡፡ ሌት ተቀን እነርሱ ያስፈልገናል ስለሚሉት መንፈሳዊ ስጦታ ያስባሉ፡፡ ብዙ ጊዜ እነዚህ ሰዎች የሚመኟቸው ስጦታዎች እንደ ፈ ውስ፣ ተአምር ማድረግ፣ የሐዋርያነት ወይም የወ ንጌላዊነት ሥጦታዎች ናቸው፡፡ በ1 ቆሮንቶስ 12፡31 ላይ ጳውሎስ ‹‹የሚበልጠውን የጸጋ ስጦታ በብርቱ ፈልጉ›› ማለቱ የማይካድ ነው፡፡ ይሁን እንጂ፣ ይህ ‹‹የሚበልጠው የጸጋ ስጦታ ምን እንደሆነ አለመናገሩ መዘንጋት የለበትም፡፡ ስጦታዎችንም የምንለካበት ፍጹም የሆነ መለኪያ የለንም፡፡ የስጦታችንም ዋጋ የምንተምነው በአንጻራዊነት ወይም እንደተፈላነታቸው ስናያቸው ብቻ ነው፡፡ ለእኔ ‹‹የሚበልጠው የጸጋ ስጦታ የተሰጠኝን የሥራ ድርሻ ለመወጣት የሚያስችለኝ ሲሆን፣ ለሌላው ‹‹የሚበልጠው የጸጋ ስጦታ ደግሞ የእርሱን የሥራ ድርሻ እንደሚገባ ለመወጣት የሚያስችለው ነው፡፡

ጳውሎስ እንደባለ አእምሮ እንድናስብ ቢናገርም፣ በሚገባ ከላይ የሕዝብን ስሜት ለመማረክ የሚችሉ ስጦታዎችን የሚፈልጉ ክርስቲያኖችን ግን ይህንን ምክሩን አላደመጡትም ማለት ነው፡፡ ምን ዓይነት ስጦታ እንደሚያስፈልገን የምንወስን እኛ አይደለንም፣ የእኛ ድርሻ በክርስቶስ አካል ውስጥ ተገቢ ስፍራችንን መያዝ ብቻ ነው፡፡ መንፈሳዊ ስጦታ የሚሰጠን ለሥራችን አስፈላጊ ሆኖ ሲገኝ ብቻ ነው፡፡ ከረጅም ጊዜ የአገልግሎት ልምድ እንደታየው አንድ ሰው በአካል ውስጥ ትክክለኛ ስፍራውን አክብሮ ሲይዝ፣ የሥራ ድርሻውንም እንደሚገባ ከተወጣ ምንም እንኳ አጥብቆ ባይፈልጋቸውም ሌላ ተጨማሪ መንፈሳዊ ስጦታች ይሰጡታል፡፡

በሮሜ 12፡1-8 ጳውሎስ የሰጠውን ገለጻ በሚከተለው ሁኔታ እጥር - ምጥን ባለ መልኩ ልናቀርበው እንችላለን፡፡ እግዚአብሔር ወሰን የሌለውን ጸጋውን ሰጥቶናል፡፡ በክርስቶስ አማካይነትም

እያንዳንዳችን ይቅር ብሎናል፡፡ እኛ ደግሞ የሚከተሉትን እርምጃዎች እንወስዳለን፡፡

(1) በመጀመሪያ፣ ሰውነታችንን ‹‹ሕያው መስዋዕት›› አድርገን ለእግዚአብሔር እናቀርባለን፡፡

(2) በዚህ ሁኔታ ራሳችንን ለእግዚአብሔር ስናስገዛ በማያቋርጥ ሁኔታ አእምሮአችን ከ ጊዜ ወደ ጊዜ ይለወጣል፡፡

(3) አእምሮአችን ሲለወጥ፣ በውስጣችን ከተከናወነው ለውጥ የተነሳ አኗኗራችን ሁሉ ይለወጣል፡፡

(4) በተለወጠው አእምሮአችን የእግዚአብሔርን ፈቃድ በሶስት የተለያዩ ገጽታዎች እናውቃለን፡፡ የእግዚአብሔር ፈቃድ መልካም መሆኑን፣ የእግዚአብሔር ፈቃድ ደስ የሚያሰኝ መሆኑን፣ የእግዚአብሔር ፈቃድ ፍጹም መሆኑን፡፡

(5) የእግዚአብሔር ፈቃድ በሕይወታችን ሲፈጸም እያንዳንዳችን በአካሉ ውስጥ የተመደበልንንስፍራ እንይዛለን፡፡ የተመደበልንንም ሥራ እናከናውናለን፡፡

(6) ለተመደበልን ስፍራና አገልግሎት የሚያስፈልገንን ‹‹የእምነት
መጠን›› እግዚአብሔር እንደሰጠን እንረዳለን፡፡ ‹‹ጆሮ›› ከሆንን
የሚሰጠን ለጆሮ የሚያስፈልገንን እምነት ነው፤ ‹‹ዓይን››
ከሆንን ደግሞ ለዓይን የሚያስፈልግ እምነት ይሰጠናል፡፡

(7) ለተመደበልን ስፍራና አገልግሎት ታማኝ ሆነን ስንገኝ የምንመኛቸው የመንፈስ ቅዱስ ስጦታዎች በሕይወታችን መታየት ይጀምራሉ፡፡

በሮሜ ምዕራፍ 10፥17 ላይ ሐዋርያው ጳውሎስ ‹‹እምነት ከመስማት ነው፥ መስማትም በእግዚአብሔር ቃል ነው›› በማለት የተናገረውን ቃል ተመልክተናል፡፡ ታዲያ፥ ይህ ‹‹በክርስቶስ አካል ውስጥ ለተመደበልን
አገልግሎት የሚያስፈልገንን የእምነት መጠን ለእያንዳንዳችን ሰጥቶናል›› ከሚለው አባባል ጋር እንዴት ይስማማል? ለዚህ ጥያቄ የሚቀርበው መልስ ራዳር አይሮፕላንን እንደሚጠቅም (እንደሚረዳ ሁሉ) ‹‹መስማትም›› ክርስቲያንን ይረዳዋል የሚል ነው፡፡ የእግዚአብሔርን ድምጽ ወይም ሬማ ለመስማት ንቁ በሆንበት መጠን በቀላሉ በአካሉ ውስጥ ወዳለን ስፍራና አገልግሎት እናመራለን፡፡ ስፍራን ማወቅ ትክክለኛ፥ ማረፊያዋን ከአገኘች አይሮፕላን ጋር ይመሳሰላል፡፡ የእግዚአብሔርን ድምጽ ወይም ሬማ ማድመጥ በተለማመድን ቁጥር ትክክለኛ ስፍራችንን እናውቃለን፥ ውጤት ተግባርም ማከናወን እንችላለን፡፡

ለእያንዳንዳችን የሚያስፈልገንን የእምነት መጠን እግዚአብሔር ሰጥቶናል ሲባልም፥ ያ እምነት የማያድግና በአንድ ስፍራ የረጋ ነው ማለት አይደለም፡፡ በተቃራኒው ግን በተሰጠን አገልግሎት ባደግን መጠን እምነታችንም እንዲሁ ያድጋል፡፡ ከፍተኛ አገልግሎት ከፍተኛ እምነት ይጠይቃል፡፡ ምንጊዜም ቢሆን እንቅስቃሴና እምነት በቅርብ የተያያዙ ናቸው፡፡

እምነት በኃይማኖት ገበያ መደብር የምንገዛው፥ ስንፈልግ የምንሸጠው ንብረት አይደለም፡፡ እምነት ከእግዚአብሔር ጋር ያለን የቅርብ ግንኙነት የሚገለጽበት ወይም የሚንጸባረቅበት መንገድ ነው፡፡ እምነት ሙሉ በሙሉ ራሳችንን ለእግዚአብሔር ስንሰጥ የሚገኝ ውጤት ነው፡፡ እግዚአብሔር ለሕይወታችን ያለውን እቅድ እንደሚገባ የምንረዳውም ያን ጊዜ ብቻ ነው፡፡ ይበልጥ ሕይወታችንን ለእግዚአብሔር ባስረከብን መጠን፥ ይበልጥ ለእግዚአብሔር በታዘዝን መጠን እርሱ የሰጠንን ሥራ ለመፈጸም

የሚያስችል እምነት ይሰጠናል፡፡ ይህ እምነት የግል ነው፡፡ ዓላማውም የተሰጠንን ተግባር እንደሚገባ እንድናከናውንበት ነው፡፡ ‹‹የአንተ›› እምነት ለእኔ አይሆንም፣ ‹‹የእኔም›› እምነት ለአንተ አይሆንም፡፡ እያንዳንዱ የራሱ እምነት መጠን ሊኖረው ይገባል፡፡

በክርስትና ሕይወቴ ገና ወጣት በነበርኩበት ወቅት በአንድ ሰው እምነት በጣም እደነቅ ነበር፣ ይህ ሰው በመንፈሳዊ ሕይወቱ የበሰለ፣ ለጌታ ከፍተኛ መስዋዕት የከፈለና በዚያው መጠን ደግ ጌታ ኑሮውንና አገልግሎቱን የባረከለት ነበር፡፡ አንድ ቀን ስለዚህ ሰው በማሰላሰል ላይ እያለሁ፣ ‹‹ጌታ ሆይ በበኩሌ በዕድሜዬ ሙሉ የዚህ ሰው ዓይነት እምነት ሊኖረኝ የሚችል አይመስለኝም›› በማለት ተናገርኩ፡፡ ባልጠበቅሁት ሁኔታ ጌታ ‹‹አዎን ስለማያስፈልግህ የዚያ ሰው እምነት መጠን ሊኖርህ አይችልም፣ የራስክን የሥራ ድርሻ እንድትወጣ እንጂ የዚያን ሰው ተግባር እንድታከናውን አልጠየቅሁህም›› አለኝ ከዚያን ጊዜ ጀምሮ ነው እግዚአብሔር የሚሰጠን የእምነት መጠን ለተጣለብን የሥራ ድርሻ የሚበቃ ብቻ ነው የሚለውን እምነት የተረዳሁት፡፡

በአገልግሎት ማደግ በጀመርኩበት ወቅት ይህን እምነት ያልተረዱ ብዙ ክርስቲያኖች ገጥመውኛል፡፡ እነዚህ ወገኖች ከፍተኛ እምነት እንዲኖራቸው ቢጸልዩና ቢፈልጉም አልተሳካላቸውም፡፡ በሚፈልጉት ነገርና ለጊዜው በነበራቸው እምነት መካከል ጉልህ ሆኖ የሚታይ አለመጣጣም ነበር፡፡ የኋላ የኋላ ግን የእነዚህ ሰዎች ችግር የሚያስፈልጋቸውን እምነት እግዚአብሔር ስላልሰጣቸው ሳይሆን የተሰጣቸውን እምነት ለተሳሳተ ዓላማ ስለተጠቀሙበት እንደሆነ ለመረዳት ችዬአለሁ፡፡ እነዚህ ሰዎች እምነታቸውን የተጠቀሙበት ለሚፈልጉት ወይም ለመረጡት ጉዳይ እንጂ እግዚአብሔር ለሰጣቸው ተግባር አልነበረም፡፡

እስቲ፡ ጫማ ያጠለቀ እጅን ወይም ጓንት ያጠለቀ እግርን በዓይነ- ሕሊናችሁ ተመልከቱ፡፡ ሁለቱም ቢሆኑ የሚጠበቅባቸውን ውጤት ሊያስገኙ አይችሉም፡፡ በመሠረቱ እግርም ሆነ እጅ ጫማም ሆነ ጓንቲ ሁሉ በጣም ጠቃሚ ነገሮች መሆናቸው አይካድም፡፡ ችግሩ ያለስፍራቸው መዋላቸው ነው፡፡ እጅ ጫማ አጥልቆ የእግርን

ሥራ ልሥራ ቢልም አይሳካለትም፣ እግርም ኳንቲ አድርጎ እንደ እጅ ልሁን ቢል አይከናወንለትም፡፡

እጅ ኳንቲ፣ እግር ደግሞ ጫማ ቢያደርግ ግን ሥርዓት ስለሚኖር የሚሠራው ሥራ ሁሉ ውጤት ያገኛል፡፡ እግዚአብሔር የሚሰጠን እምነትም እንዲሁ ነው፡፡ ጫማ ለእግር፣ ኳንቲም ለእጅ እንደሆነ ሁሉ፣ እግዚአብሔር ለእያንዳንዱ የሚያስፈልገውን እምነት ሰጥቷል፡፡

የዕብራውያን መልእክት በምዕራፍ 4 ላይ ወደ ዕረፍት ስለገቡ አማኞች ይናገራል፡፡ በቁጥር 3 ላይ ‹‹እኛስ ያመንን ወደ እረፍቱ እንገባለን›› ይላል፡፡ በአካሉ ውስጥ ስፍራችንን የሥራችንን ዓይነት ካወቅን እጅግ የጠለቀና የማይናወጥ ሰላም ይኖረናል፡፡ አዎን፣ ሥራ ሊበዛብን ይችላል፣ ተጽዕኖና ተቃውሞ ሊደረግብንም ይችላል፡፡ በዚህ ሁሉ ግን ዕረፍት ይኖረናል፡፡ ትክክለኛ ስፍራችንንና የሥራችንን ዓይነት ካላወቅን ግን ጫማ እንዳጠለቀ እጅ ወይም ኳንቲ እንዳደረገ እግር ግራ መጋባታችን አይቀሬ ነው፡፡ ይኸው የዕብራውያን መልእክት ፀሐፊ ገለጻውን በመቀጠል በቁጥር 11 ላይ ... ወደዚያ ዕረፍት ለመግባት እንትጋ›› ይላል፡፡ ትጋት ያፈልጋል፡፡ በክርስትና ሕይወት ውስጥ ስንፍና ወይም ዳተኝነት ስፍራ የላቸውም፡፡ ይሁን እንጂ፣ የምንተጋበትን ዓላማ ጠንቅቀን ማወቅ ይኖርብናል፡፡ እምነት እንዲኖረን ብቻ ሳይሆን ትክክለኛ ስፍራችንንም ማወቅ ያስፈልገናል፡፡ ትክክለኛ ስፍራችንን ካወቅን ያለ ምንም ድካም ሥራችን ሁሉ ይከናወንልናል፡፡

ማጠቃለያ

ሰውነታችንን ‹‹ሕያውና ቅዱስ መስዋዕት›› አድርገን ማቅረብ አለብን! በዚህ ሁኔታ ሙሉ በሙሉ ለእግዚአብሔር ራሳችንን አሳልፈን ከሰጠን አእምሮአችን ቅድሚያ ሊሰጠው የሚገባውን ነገር ጠንቅቀን እንረዳለን፡፡ ለእግዚአብሔር ዓላማና እቅድ ቅድሚያ እንሰጣለን፡፡

በዚህ በተለወጠ አእምሮአችን፣ እኛም ሆንን ሌሎች ክርስቲያኖች በአካሉ ውስጥ ራሱን የቻለ ብልት እንደሆንን

እንገነዘባለን፡፡ ስለዚህም በሕይወታችን ቅድሚያ የምንሰጠው ጉዳይ በዚህ አካል ውስጥ ያለንን ስፍራና የሥራ ድርሻችንን ማወቅ ይሆናል፡፡ ከዚያ በኋላ እግዚአብሔር የሰጠንን ተግባር ለማከናወን የሚረዳን ‹‹የእምነት መጠን›› ይሰጠናል፡፡

ለተሰጠን የእምነት መጠን ታማኝ ሆነን ከተገኘን ደግሞ ለአገልግሎታችን በጣም አስፈላጊ የሆኑ መንፈሳዊ ስጦታዎች (ካሪስማታ) ይታደሉናል፡፡ ለእኛ ‹‹ከሁሉ የሚበልጥ የጸጋ ስጦታ›› የሚሆንን በአስፈላጊው ጊዜ የሚሰጠን ስጦታ ነው፡፡

ባለማቋረጥ ተጨማሪ እምነት ወይም ደግሞ መንፈሳዊ ስጦታዎችን የምንፈልግ ከሆነ በክርስቶስ ውስጥ ያለንን ስፍራ በትክክል አላወቅንም ማለት ነው፡፡ ትክክለኛ ስፍራችንን ካወቅን ሥራችን፡ እምነታችንና ስጦታችን እርስ በርሳቸው ይጣጣማሉ፡፡

ምዕራፍ አስራ አንድ
እምትነት ከውድቀት ነጻ ያደርጋል

በዚህ መደምደሚያ ምዕራፍ የእምነትን ማንነት ለየት ካለ አቅጣጫ ለመመልከት እንሞክራለን፡፡ መጽሐፍ ቅዱሳዊው ወይም እግዚአብሔር የሚሰጠን እምነት በሕይወታችን ሲሰራ፣ ከውድቀት ወይም ኃጢአት ካስከተለብን ውጤት ነፃነት እናገኛለን፡፡

ቅዱሳት መጻሕፍት እንደሚያስተምሩት ሰው የተፈጠረው ፍጹም ሆኖ ነበር፡፡ የእግዚአብሔርን ትዕዛዝ በመተላለፉ ግን ኃጢአተኛ ሆኖአል፣ ለዚህም ኃላፊነት አለበት፡፡ ይሁን እንጂ እግዚአብሔር ሰውን በውድቀቱ ሊተወው አልፈለገም፡፡ ከዚያን ጊዜ ጀምሮ ሰውን ከውድቀቱና ውድቀቱ ካስከተለበት ውጤት ነጻ ሊያደርገው ወሰነ፡፡ በክርስቶስ ሞት አማካይነት ሰውን ዋጀ (እንደገና ገዛው)፣ ወደራሱ አቀረበው፣ ሥጋዊ ባሕርዩን ለወጠው! በመጀመሪያ እግዚአብሔር ወደአዘጋጀበት እቅድም መለሰው፡፡ ይህም ሁሉ የሚከናወነው በእምነት ነው፡፡ በሌላ አነጋገር ከኃጢአትና ከኃጢአት ውጤት ነጻ የምንሆነው በእምነት አማካይነት ነው ማለት ነው፡፡

እምነት፣ ቃል እና የመፍጠር ችሎታ

ይህንን እንደሚገባ ለመረዳት የሰውን ተፈጥሮ ለውድቀት ስላበቃው ኃጢአትና የተሸነፈበትን ፈተና ባሕርይ መመልከት ይኖርብናል፡፡ ከዚያ በኋላ ደግሞ እምነት ስለሚያከናውነው ውጤት እንመለከታለን፡፡ እግዚአብሔር ሰውን የፈጠረው በእንዴት ዓይነት ሁኔታ እንደነበረ የተነገረው በዘፍጥረት 1፡26 ነው፡፡

‹‹እግዚአብሔርም አለ፡- ሰውን በመልካችን እንደምሳሌያችን እንፍጠር ...›› ይህንን መሪ ሀሳብ ተከትለን ጠቅላላ ቅዱሳት መጻሕፍትን ስንመረምር ይህ እግዚአብሔርንና ሰውን የሚያገናኛቸው ‹‹አምሳል›› ወይም ምሳሌ የተለያየ ገጽታ እንዳለው እንረዳለን፡፡

ሰው የተፈጠረው በእግዚአብሔር አምሳል ነው ሲባል ሰው እንደ እግዚአብሔር ሁሉ እምነትን የመለማመድ ወይም እምነትን በተግባር የመግለጽ ችሎታ አለው ማለት ነው፡፡ ይህ በጣም አስፈላጊ ጉዳይ ቢሆንም ብዙዎች ግን በዚህ መልኩ አይመለከቱትም፣ ወይም ከፍተኛ ግምት አይሰጡትም፡፡ እምነት
ከእግዚአብሔር ዘላለማዊ ባሕርያት አንዱ ገጽታ ነው፡፡ እርሱ ሥራዎቹን ሁሉ ያከናወነው በእምነት ነው፡፡ ከዚህም በላይ እግዚአብሔር እምነቱን በቃላት ሲገልጽ እንመለከታለን፡፡ የሚናገረውም ቃላት እምነቱ የሚተላለፍበት መንገድ ወይም የፈጠራ ችሎታን የሚገልጽበት መሣሪያ ነው ማለት ነው፡፡

እግዚአብሔር ከአንደበቱ በሚወጡት ቃላት ላይ ያለው እምነት በትንቢተ ሕዝቅኤል 12፡25 ተገልጾአል፡፡ በዚህ ክፍል ላይ ጌታ ‹‹እኔ እግዚአብሔር ነኝ፣ እናገራለሁ! የምናገረውም ቃል ይፈጸማል›› ይላል፡፡ እግዚአብሔር አንድ ነገር ከተናገረ የተናገረው ቃል መፈጸሙ የማይቀር ነው፡፡ ይህ የእግዚአብሔር ዘላለማዊ ባሕርይ ሲሆን፣ በሚናገራቸው ቃላት ላይ ያለውንም እምነት ያሳያል፣

በብሉይ ኪዳን ዕብራይስጥ ውስጥ - ዳባር የሚል ቃል አለ፡፡ ይህም ‹‹ቃል›› ወይም ‹‹ነገር›› ተብሎ ሊተረጎም ይችላል፡፡ ቃላቱ የሚወሰኑት ግን በምንባቡ መሠረት ነው፡፡ ብዙ ጊዜ ግን በዕብራይስጥ ዳባር ሲል ቃል ወይም ነገር ማለት ነው፡፡ ይህም የእግዚአብሔር ቃል መሆኑን እንድናስተውል ይረዳናል፡፡ በእምነት እግዚአብሔር አንድን ቃል ሲናገር ቃሉ- ‹‹ነገር›› ይሆናል፡፡

በዚህ መጽሐፍ ምዕራፍ ውስጥ ሬማ የሚለው የግሪክ ቃል ተመሳሳይ ትርጉም እንዳለው ቀደም ብለን ተመልክተናል፡፡ ከእግዚአብሔር አፍ የወጣ ሬማ ወይም የእምነት ቃል፣ የተነገረው ቃል እንዲፈጸም የማድረግ ኃይል አለው፡፡

በዕብራውያን 11፡3 ፍጥረተ- ዓለም ካለመኖር ወደመኖር የመጣው በእግዚአብሔር ቃል እንደሆነ ተናግሮአል፡፡ የእግዚአብሔር ቃል ፍጹም እምነት አለው፤ የሚናገረውም ቃል የመፍጠር ችሎታ አለው፡፡ ‹‹ዓለሞች በእግዚአብሔር ቃል

እንደተዘጋጁ፣ ስለዚህም የሚታየው ነገር ከሚታዩት እንዳልሆነ በእምነት እናስተውላለን፡፡ ለዚህ ለምንኖርበት ዓለም መገኘት ምክንያቱ የእግዚአብሔር ቃል መሆኑን የምንረዳውም በእምነት ነው፡፡ በምዕራፍ 3 ስለ እምነት ስጦታ ባደረግነው ገለጻ መዝሙር 33 ቁጥር 6 እና 9 ተመልክተናል፡፡

በዚህ ክፍል ዳዊት ፍጥረት የተገኘው በእግዚአብሔር ቃል እንደሆነ ሲያስረዳ፡-

(6) በእግዚአብሔር ቃል ሰማዮች ጸኑ፣

(7) እርሱ ተናግሮአልና፣ ሆኑም እርሱ አዘዘ ፀኑም›› አለ፡፡ በዘፍጥረት 1፡3 የእግዚአብሔር ቃል ለመፍጠር ስላለው ችሎታ አንድ ምሳሌ ተሰጥቶአል ‹‹እግዚአብሔርም- ብርሃን ይሁን አለ፣ ብርሃንም ሆነ››፡፡ እግዚአብሔር በቃል የታገረው ሁሉ ይፈጸማል፡፡

እምነት በጣም አስፈላጊ ነው፣ እምነት ታላቅ ኃይል አለው፡፡ ከላይ በተሰጠው ገላጻ በመመርኮዝ፣ እምነትን በሚመለከት ረገድ ወደ ሶስት አጠቃላይ ነጥብ እንደርሳለን፡፡ በመጀመሪያ፣ እምነት የእግዚአብሔር ዘላለማዊ ባሕርይ አንድ ገጽታ ነው፡፡ ሁለተኛ፣ እግዚአብሔር ይህን ዓለም ካለመኖር ወደ መኖር ያመጣው በቃ ላይ ካለው እምነት የተነሳ ነው፡፡ ሶስተኛ፣ የእግዚአብሔር እምነት በሚናረው ቃል ይገለጻል የሚሉ ናቸው፡፡

እግዚአብሔር ሰውን የፈጠረው እምነትን እንዲለማመድ ወይም እምነትን ተግባራዊ ከማድረግ ተሰጥዎ ጋር ነው፡፡ ሰው የመናገር ችሎታ አለው፣ ሰው ከእግዚአብሔር የሚመሳሰለው በእነዚህ ሁለት ባሕርያት ሲሆን፣ ከሌሎች እንስሳት የሚለየውም ከእነዚህ ሁለት ባሕርያት የተነሣ ነው፡፡

ሰው የመፍጠር ችሎታ አለው፡፡ ከዚያ በፊት ያልነበረና ያልተደረገ ነገርን ያ ስባል፣ ሀሳቡንም ተግባራዊ ያደርጋል፡፡ ይህ ባሕርዩ ሰውን እስካሁን ድረስ ከምናውቃቸው እንስሳት ሁሉ ልዩ ያደርገዋል፡፡ ለምሳሌ ያህል ወፎች በጣም አስደናቂና ውስብስብ የሆኑ ጎጆ ሊሰሩ ይችላሉ፡፡ ይሁን እንጂ፣ አዲስ ወይ፣ አዳዲስ

ነገሮችን ግን መፍጠር አይችሉም ሰው ግን ይችላል። ዛሬም እንኳ ቢሆን የሰው ፈጠራ ችሎታ እያገ ነው፣ አልተቋረጠም።

ከዚሁ ከመፍጠር ችሎታ ሌላ ሰው የመናገር ችሎታ ሌላ ሰው የመናገር ችሎታ አለው። ይህ ባይኖረው ኖሮ ሰው የመፍጠር ችሎታ ያላቸውን ቃላት ማፍለቅ ባልቻለም ነበር። ሀሳብም በቃላት ይገለጻል። እንስሳት ግን አይችሉም። በመናገር ችሎታው ሰው በእግዚአብሔር ጋር ይመሳሰላል።

ሰውና እግዚአብሔር በጋራ ያዋቸው ባሕርያት፣ እምነትን መለማመድ ወይም መግለጽ፣ የመናገር ችሎታ የመፍጠር ችሎታ ናቸው።

ሰይጣን እምነት ላይ የሚቃጣው ጥቃት

እግዚአብሔር ለሰው እምነትን የመግለጽ ችሎታ ሰጥቶታል፤ ስለሆነም ይህን ችሎታውን ተግባራ እንዲያርገው ይፈልጋ። እግዚአብሔር ሰውን ከፈጠረ በኋላ ያኖረው እምነትን መለማመድ በሚያስፈልግበት ወይም በሚጠይቅበት ስፍራ ነበር። እግዚአብሔር ሰውን ፈጥሮ በኤደን ገነት ካኖረው በኋላ ዘወትር አብሮት አይኖርም ነበር። ይሁን እንጂ፣ ለእርሱ መገኘት ምትክ እንዲሆን ቃሉን ትቶለት ነበር። በምዕራፍ 1 እምነት ከሁለት እውነታዎች ጋር እንደሚያገናኘን ተመልክተናል፤ እነዚህም ከሁለት እውነታዎች እግዚአብሔርና የእግዚአብሔር ቃል ናቸው። አዳም ከእግዚአብሔር ጋር የሚገናኘውም በዚህ ሁኔታ ነበር። እግዚአብሔር በአካል ከአዳም ጋር በገነት አብሮት ባይኖርም፣ ትቶአት በነበረው ቃል አማካይነት ግን ይገናኘው ነበር። ይህም ቃል በዘፍጥረት 2፡15-17 ተገልጾአል።

(15) እግዚአብሔር አምላክም ሰውን ወስዶ ያበጀትም ይጠብቃትም ዘንድ
በኤደን ገነት አኖረው።

(16) እግዚአብሔር አምላክም ሰውን እንዲህ ብሎ አዘዘው ከገነት ዛፍ ሁሉ

ትበላለህ፡፡

(17) ነገር ግን መልካንና ክፉን ከሚያስታውቀው ዛፍ አትብላ፣ ከእርሱ

በበላህ ቀን ሞትን ትሞታለህና፡፡

ቁጥር 16 እና 17 እግዚአብሔር ለአዳም የተናገራቸውን ቃላት ይዘዋል፡፡ በመጀመሪያ ፈቀደለት፣ ሁለተኛ፡ ከለከለው፡ ሶስተኛ፡ አስጠነቀቀው፡፡ ‹‹ከገነት ዛፍ ሁሉ ትበላለህ›› በማት ፈቀደለት፡ ‹‹መልካሙንና ክፉውን ከሚያስታውቀው ዛፍ ግን አትብላ›› በማለት ከለከለው፡፡ ‹‹ከእርሱ በበላህ ቀን ሞትን ትሞታለህ›› በማለት አስጠነቀቀው፡፡

በእግዚአብሔር ቃል መሠረት ሰው ሕይወቱን ከእግዚአብሔር ጋር ካስተካከለ ምንጊዜም ቢሆን ይባረካል፣ በኑሮው ሁሉ ዋስትና ይኖረዋል፡፡ ሰይጣን ሊነካው አይችልም፡፡ ሰይጣን ግን ሰውን ከእግዚአብሔር በማለያየት በረከቱን ሁሉ ሊነጥቀው ጽኑ ፍላጎት አደረበት፡፡ ሰይጣን አዳምን የተፈታተነው የእግዚአብሔርን ቃል በማቃለል ሲሆን የተጠቀመውም በሔዋን አማካይነት ነበር፡፡ ሰይጣንና ሔዋን ያደረጉት የቃላት ልውውጥ በዘፍጥረት 3፡1-3 ተጠቅሶአል፡፡

(1) እባብም እግዚአብሔር አምላክ ከፈጠረው ከምድር አውሬ ሁሉ ይልቅ ተንኰለኛ ነበር፡፡ ሴቲቱን እግዚአብሔር ከገነት ዛፍ ሁሉ አዝዞአልን? አላት፡፡

(2) ሴቲቱም ለእባቡ አለችው፡- በገነት ካለው ከዛፍ ፍሬ እንበላለን፡፡

(3) ነገር ግን በገነት መካከል ካለው ከዛፉ ፍሬ እግዚአብሔር አለ፡ እንዳትሞቱ ከእርሱ አትብሉ፣ አትንኩትም››፡፡

ሰይጣን ሔዋንን ለማሳሳት የቻለው፡ እግዚአብሔር በተናገረው ቃል ላይ ጥያቄ ወይም ጥርጥር በማንሳት እንጂ፡ እግዚአብሔር የተናገረውን በመቃወም አልነበረም፡፡ ይህ ቢሆንማ

ኖሮ ይታወቅበት ነበር፡፡ የማሳሳት ዓላማውን በልብ ሰውሮ - ‹‹በውኑ እግዚአብሔር ከገነት ዛፍ ሁሉ እንዳትበሉ አዝዞአልን?›› በማለት ነበር ሔዋንን የቀረባት በበኩሌ ሔዋን በሰይጣን ወጥመድ ለመውደቅ የበቃችው በዚህ ጥያቄ ላይ ከእርሱ ጋር ሀሳብ በመለዋወጧ እንደሆነ አምናለሁ፡፡ ከእግዚአብሔር ጋር ያለን ግንኙነት ለዘ ለቄታው እንዲስተካከልልን ከፈለግን አንዳንድ ማንሳት የሌለብን ጥያቄዎች ሊኖሩ ይችላሉ፡፡ ሔዋን ግን በራስዋ የማመዛዘን ችሎታ ከሚገባ በላይ ታመነች፡፡ ሆን ብሎ ለማሳሳት ከመጣው እባብ ይልቅ ብልህ የሆነች መሰላት፡፡ የኃጢአትዋ ዋና ምክንያት ከሚገባ በላይ በራስዋ መተማመንዋ ነበር፡፡

ሰይጣን በሁለተኛ ደረጃ የወሰደው እርምጃ በዘፍጥረት 3፡4 ተጠቅሶአል፡፡ ‹‹እባቡም ለሴቲቱ አላት፡- ሞትን አትሞቱም ...›› ቀድሞውኑ የእግዚአብሔርን ትዕዛዝ እንድትጠራጠር አድርጎአት ስለነበር፡ ሔዋን ከሰይጣን የተቃጣባትን ፈተና ለመቋቋም አልቻለችም፡፡ ይሁን እንጂ፣ ሰይጣን ዓላማውን እዚህ ላይ ብቻ አልገታም፡፡ የመጨረሻውን ግብ ከመመልከታችን በፊት ግን በምዕራፍ 5 የተደረሱትን ሁለት አጠቃላይ ነጥቦች ማስታወስ ይኖርብናል፡፡ በመጀመሪያ፡ የእውነተኛ እምነት ግብ ወይም ፍጻሜው እግዚአብሔር ራሱ ነው፡፡ በሁለተኛ ደረጃ ደ ግሞ፣ በእግዚአብሔር መልካምነት፡ ጥበብና ኃይል እምነት ካለን ለኃጢአትም ሆነ ለጥርጥር ምክንያት አይኖረንም፡፡ ሰይጣን ሔዋንን የቀረባት በዚህ መመሪያ መሠረት ነበር፡፡ በአሁኑ ጊዜ ሰይጣን እንደሚገባ ተረድቶአል፡፡ ስለዚህም በራሱ በእግዚአብሔር ላይ ያላትን እምነት ለማናጋት ወሰነ፡፡ ይህንንም ዓላማውን ተግባራዊ ለማድረግ - ‹‹ከእርስዋ በበላችሁ ቀን ዓይኖቻችሁ እንዲከፈቱ እንደ እግዚአብሔርም መልካሙንና ክፉን የምታውቁ እንድትሆኑ እግዚአብሔር ስለሚያውቅ ነው እንጂ›› አላት (ዘፍጥረት 3፡5)

እንደ ሰይጣን አቀራረብ ከሆነ እግዚአብሔር አዳምንና ሔዋንን የዛፊቱን ፍሬ እንዳይበሉ ያዘዛቸው እንደ እርሱ ክፉውንና ደጉን እንዳያውቁ ነበር ማለት ነው፡፡ ይህንን የሰይጣንን አባባል በሌላ መልኩ ስንመለከተው ‹‹እግዚአብሔር የሚወዳችሁ ይመስላችኋል? በፍጹም! እዚህ ስፍራ ያኖራችሁስ በእርሱ ቁጥጥር

ስር ሊያደርጋሁ አስቦ እንደሆነ ተረድታችኋል? ኑሮአችሁ ከባርነት ያልተሻለ ነው፡፡ ከዚያ እግዚአብሔር እንዳትበሉ ከከለከላችሁ ፍሬ ብትበሉ ግን ነገር ሁሉ ይለወጣል፡፡ ከእንግዲህ ወዲህ በእግዚአብሔር ማመን አይጠቅማችሁም፣ እናንተ ራሳችሁ እንደ እግዚአብሔር ትሆናላችሁ ማለት ነበር፡፡

ሔዋን፣ ከእግዚአብሔር ጋር ያላትን ሕብረት ያቋረጠችው ከዚህ በኋላ ነበር፡፡ በእግዚአብሔርም ሆነ በእግዚአብሔር ቃል ማመንን ተወች፡፡ የእግዚአብሔርን ፍቅርና መልካምነት ከማሰብ ይልቅ ሰይጣን የነገራትን መቀበል መረጠች፡፡ እግዚአብሔር የከለከለውን ፍሬ ቢበሉ እንደ እግዚአብሔር እንደሚሆኑ ነበር የነገራቸው፡፡ እንደ እግዚአብሔር ከመሆን ሌላ ምን የሚሻል ነገር ይኖራል? ከዚያ በኋላ ስለሆነው ሁኔታ መጽሐፍ ቅዱስ ሲናገር - /6/ ‹‹ሴቲቱም ዛፉ ለመብላት ያማረ እንደሆነ አየች፣ ለዓይንም እንደሚያስጎመጅ ለጥበብም መልካም እንደሆነ አየች፣ ከፍሬውም ወሰደችና በላች ለባልዋም ደግሞ ሰጠችው፣ እርሱም ከእርስዋ ጋር በላ፡፡ ‹‹ይላል /ዘፍጥረት 3፡6/

እዚህ ላይ ቁልፍ የሆነው ቃል ‹‹አየች›› የሚለው ነው፡፡ ‹‹... መልካም እንደሆነ አየች›› ባየችው ነገር አስተሳሰብዋ ስለተማረከ በእግዚአብሔርም ሆነ፣ በእግዚአብሔር ቃል ላይ የነበራትን እምነት አቋረጠች፡፡ ከእምነት ይልቅ በስሜትዋ መመራት ጀመረች፡፡ ዛፉ ለመብላት ያማረ፣ ለዓይን የሚያስጎመጅ ጥበበኛ የመሆንንም ፍላጎት የሚያነሳሳ ነበር፡፡

የፈተናው ባሕርይ

በ1ኛ ዮሐንስ 2፡15-16 ሐዋርያው ስለ ሶስት መሠረታዊ የኃጢአት ዓይነቶች ይገልጻል፡፡

> (15 እና 16) ዓለምን ወይም በዓለም ያትን አትውደዱ፣ በዓለም ያለው ሁሉ እርሱ የሥጋ ምኞትና የዓይን አምሮት ስለገንዘብም መመካት ከዓለም ስለሆነ እንጂ ከአባት ስላልሆነ፣ ማንም ዓለምን ቢወድ የአባት ፍቅር በእርሱ ውስጥ የለም፡፡

የእግዚአብሔር ቃል እንደሚገልጸው ከሆነ ይህ ዓለም ሶስት ሰውን ለኃጢአት የሚያነሳሱ ባሕርያት አሉት፡፡ እነርሱም -የሥጋ ምኞት፣ የዓይን አምሮት፣ ስለገንዘብም መመካት ናቸው፡፡ የመጀመሪያዎቹ ሁለት ፈተናዎች የሚመነጩት ከሰው ስሜት ወይም ጽኑ ፍላጎት ሲሆን፣ ሶስተኛው ማለትም ‹‹ስለገንዘብ መመካት›› ደግሞ ሰው ከእግዚአብሔር ይልቅ በገንዘቡ እንዲመካ ያርገዋል፡፡ ስለገንዘቡ የሚመካ ከሆነ በእግዚአብሔር ከመደገፍ ይል ራሱን ከፍ ያርጋል፡፡ እኔ ራሴ ሕይወቴን ልመራው እችላለሁ፣ ... በእግዚአብሔር መታመን አልፈልግም ... ለምን ራሴን የበታች አደርገዋለሁ›› የሚል ሀሳብ ያድርበታል፡፡

ኢየሱስ በምድረ በዳ በነበረበት ጊዜ ሰይጣን እነዚህን ሶስት የፈተና ዓይነቶች ነበር ያቀረበለት፡፡ (ሉቃስ 4፥1-13) ሰይጣን ድንጋዩን ዳቦ እንዲያደርግ ፈተነው፡፡ ይህ - የሥጋ ምኖት ነው፡፡ የዓለምን መንግሥታት ክብርና ኃይል አሳየው፡፡ ይህ - የዓይን አምሮት ነው፡፡ በመጨረሻም፣ ራሱን ከቤተ መቅደስ ጫፍ ላይ ወደታች በመወርወር፣ ለእግዚአብሔር ከመገዛት ይልቅየሚያስታብየውን ተአምር እንዲያይ፣ ነገረው፡፡ ይህ ደግ ትምክህት ነው፡፡

የአዳምና የኢየሱስ ፈተናዎችን በማነጻጸር ልንመለከታቸው እንችላለን፡፡ (በ1ኛ ቆሮ. 15፥45 ኢየሱስ ‹‹ኋለኛው አዳም ተብሎአል) አዳም የተፈተነው የእግዚአብሔር መልካምነት በሚያይበት ውብ የአትክልት ስፍራ ነበር፡፡ ኢየሱስ የተፈተነው ግን ከአራዊት በቀር ምንም በማይገኝበት ደረቅ ምድረ በዳ ነበር፡፡ (ማርቆስ 1፥13 ተመልከት) በመብል ምክንያት አዳም በፈተኛው ወደቀ፣ ኢየሱስ ግን በመጾሙ ፈተናውን በድል ተወጣ፡፡ በዚህ ሁኔታ ሁለቱን በማነጻጸር መመልከቱ በጣም አስፈላ ነው፡፡ ሔዋን የተፈተነችውም በሶስት አቅጣጫ ነበር፡፡

በመጀመሪያ፣ የምግብ ፍላጎቷ ተነሳሳ ይህም፣ የሥጋ ምኞት ነው፡፡ ሁለተኛ፣ ለዓይንዋ መልካም ሆኖ ታያት፡፡ ይህም - የዓይን አምሮት ነው፡፡ በሶስተኛ፣ ደረጃ ለጥበብ መልካም እንደሆነ

አሰበች፡፡ ይህም- ስለገንዘብ ወይም ስለ ዓለማዊ ሕይወት መመካት ነው፡፡

በመሠረታዊ ባሕርዩ ስንመለከተው ኃጢአት ማለት፣ ክፉ ነገርን ማድረግ ብቻ አይደለም፡፡ ከእግዚአብሔር መለየት ወይም ያለ እግዚአብሔር ሕይወትን ለመምራት መሞከር ራሱ ኃጢአት ነው፡፡ በሕይወታችን የዚህ ዓይነት አዝማሚያ ከተከሰተ መንፈሳዊ ችግር ውስጥ ነን ማለት ነው፡፡ ሔዋን በእግዚአብሔር መታመንዋን ለማቋረጥ ምክንያት የሆናት ለማወቅ ያላት ከፍተኛ ፍላጎት ነበር፡፡ ክፉውንና ደጉን ብታውቅ እንደ እግዚአብሔር የተነሳ እግዚአብሔር የሚያስፈልጋቸው የሚመስላቸው በጣም ብዙዎች ናቸው፡፡ ሌሎች ደግሞ ከእግዚአብሔር ይልቅ በሀብት፣ በዝናና በኃይላቸው ይመካሉ፡፡ ሌላም ሰዎችን በአደገኛ ሁኔታ የሚያሳስተው ደግሞ ኃይማት ነው፡፡ ኃይማኖትን ራሱንም ቢሆን ከእግዚአብሔር አስበልጠን ልንመካበት አይገባም፡፡

ሔዋን የራስዋን ሕይወት በራስዋ የመምራት ፍላጎት ነበራት፣ ስለዚህም በእግዚአብሔር ቃል ከመታመን ይልቅ ስሜቶችዋን መከተል መረጠች፡፡ በፈተናው የወደቀችውም በዚህ ምክንያት ነበር፡፡ ባልዋንም ለውድቀት ተባባሪ አደረገችው፡፡ በዚህም ምክንያት እርስዋም ሆነች እርሱ ከእግዚአብሔር ተለዩ፡፡

በዘፍጥረት 3፡1-8 ያለውን ታሪክ እንደሚገባ ከመረመርን የፈተናው ባሕርይ ምን እንደሆነ መረዳት እንችላለን፡፡ ሰው በእግዚአብሔርና በቃሉ እንዲታመን የሚያደርገው መሠረታዊ ባህርዩ ሲሆን፣ አለማመን ወይም በእግዚአብሔርም ሆነ በቃሉ አለመታመን ግን ተፈጥሮአዊ አይደለም፡፡ ሰው ከእግዚአብሔር ይልቅ የራሱን ስሜት ይከተላል፡፡ በመሠረታዊ ይዘቱ ስንመለከተው እያንዳንዱ ፈተና ካለማመን ወይም ከእምነተ - ቢስነት የመነጨ ነው፡፡ ዓላማውም ከእግዚአብሔር ቁጥጥር ነጻ መሆን ሲሆን የመጨረሻ ግ ደግሞ በእግዚአብሔር ላይ ማመጽ ነው፡፡

መፍትሔው እምነት ነው

የእምነት አሰራሩን ግን ከዚህ ፍጹም የተለየ ነው፡፡ እምነት በስሜቶቻችንና በፍላጎታችን መመካትን ትተን በእግዚአብሔር ብቻ እንድንታመን ያደርገናል፡፡ ሰው በእግዚአብሔርና በቃሉ ብቻ እንዲደገፍ የሚያደርገው እምነት ነው፡፡ የአዳማዊ ውድቀትና ውጤቱ ተወግዶ፣ እንደገና ወደ እግዚአብሔር ሊመለስና ከእርሱ ጋር ሕብረት ሊኖረው የሚችለው በእምነት አማካይነት ነው፡፡

አንዳንድ ጊዜ በእግዚአብሔር ቃልና በስሜቶቻችን የቱን መቀበል እንዳለብን በጣም ግራ እንጋባለን፡፡ ስሜቶቻችንና የእግዚአብሔር ቃል ተቃራኒ ናቸው፡፡ በሁለቱ መካከል ያለው ውጥረት በትንቢት ዕንባቆም 2፡4 ተገልጾአል፡፡ - ‹‹እነሆ ነፍሱ ኮርታለች በውስጥም ቅን አይደለችም ጻድቅ ግን በእምነቱ በሕይወት ይኖራል፡፡›› አስቀድሞ እንደገለጽነው ሁሉ ይህ ‹‹ጻድቅ ግን በእምነቱ በሕይወት ይኖራል›› የሚለው ቃል በአዲስ ኪዳን ሶስት ጊዜ ተጠቅሶአል፡፡ ዓላማውም የጽድቃችን መሠረቱ እምነት እንጂ ሥራ አለመሆኑን ለማሳየት ነው፡፡

ይህ ቃል የሰው ነፍስ እንደ ኮራችና በእግዚአብሔርም ፊት ቅን እንዳልሆነች ይናገራል፡፡ በትዕቢት የተነሳ ነው በእግዚአብሔርና በእግዚአብሔር ቃል ከመታመን ይልቅ በስሜቱ መደገፍን ይመርጣል፡፡ ሰው ከእግዚአብሔር
ለመለየትም ሆነ በእግዚአብሔር ላለመታመን የሚወስነውም ‹‹ራሴ እበቃለሁ›› ከሚል ትዕቢት የተነሳ ነው፡፡

እምነት ግን፣ ሰው ከራሱ ይልቅ በእግዚአብሔር እንዲደገፍ ያደርጋል፡፡ ስሜቶቻችንን መቀበል ያለብን ከእግዚአብሔር ቃል ጋር የሚስማሙ ሆነው እስከተገኙ ድረስ ብቻ ነው፡፡ የትክክልና የስህተት፣ የእውነትና የሐሰት መጨረሻ መለኪያችን የእግዚአብሔር ቃል እንጂ ስሜቶቻችን አይደሉም፡፡

እምነት ከውድቀትና ውድቀት ካስከተለው መዘዝ ያወጣናል፡፡ ሰው የስሜቱ ምርኮኛ በውድቀት ነበር፡፡ እግዚአብሔርን ደስ የሚያሰኝ የጽድቅ ኑሮ ስንኖር ግን ስሜት

ሊገዛን አይችልም፡፡ ይህ የሚሆነው እንዴት ነው? ይህ የሚሆነው በእምነት ነው፡፡ እምነት በስሜት ላይ ያምጻል እንጂ፣ ለስሜት አይገዛም ሮሜ 3፡27 ደግሞ እምት ባለበት ስፍራ ትምክህት ወይም ትዕበቢት ሊኖር እንደማይችል ይናገራል፡፡ - «ትምክህት እንግዲህ ወዴት ነው? እርሱ ቀርቷል፡፡ በየትኛው ሕግ ነው? በሥራ ሕግ ነውን? አይደለም፣ በእምነት ሕግ ነው እን፡፡ «ለራሴ እበቃለሁ፣ በእግዚአብሔር መደገፍ አያስፈልገኝም» የሚል ማንኛውም ኃይማኖት በቅዱሳት መጻሕፍት በተገለጸው እምነት ላይ የተመሠረተ አይደለም፡፡

ሁለት ዓይነት የአኗኗር መንገድ አለ፡፡ የመጀመሪያው፣ ሰው በራሱ ተመክቶ የሚኖረው ሲሆን፣ ሁለተኛው ደግሞ ሰው በእግዚአብሔር ተማምኖ የሚኖረው ኑሮ ነው፡፡ በራሳችን ከመታመን ይልቅ በእግዚአብሔር እንድንታመንና የጽድቅን ኑሮ እንድንኖር የሚደርገን እምነት ነው፡፡ የውድቀት መፍትሔው እምነት ነው፡፡

ማጠቃለያ

እምነት፣ የእግዚአብሔር ዘላለማዊ ባሕርይ አንድ ገጽታ ነው፡፡ እግዚአብሔር ፍጥረተ ዓለምን ካለመኖር ወደ መኖር ያመጣው በእምነት ከተናገረው ቃል የተነሳ ነበር፡፡ ሰው የተፈጠረው በእግዚአብሔር አምሳል እንደመሆኑ መጠን፣ ከእግዚአብሔር ጋር የሚመሳሰልባቸው ሶስት ነጥቦች አሉ፡፡ ሰው እምነትን መለማመድ ወይም እምነትን በተግባር መተርም ይችላል፣ መናገር ወይም እምነቱም በአንደበት መግለጽ ይችላል፣ መፍጠር ይችላል፡፡

እምነትን ከመለማመድ ችሎታ ጋር ከፈጠረው በኋላ እግዚአብሔር ሰውን ይህንኑ እምነት ተግባራዊ ማድረግ በሚችልበት ስፍራ አኖረው፡፡ ደግሞም በገነት በነበረበት ጊዜ ከእግዚአብሔር ጋር ይገናኝ የነበረው በቃሉ አማካይነት እንጂ ከአካላዊ ሁኔታ አልነበረም፡፡

በቃሉ አማካይነት እግዚአብሔር ለአዳም፣ የገነትን ዛፍ ፍሬ ሁሉ እንዲበላ ፈቅዶለት፣ የአንዲቱን ዛፍ ፍሬ ግን እንዳይበላ

ከለከለው፣ ፍሬዋን ቢበላ የሚጠብቀውን ጥፋት በመንገር አስጠነቀቀው፡፡

ሰይጣን አዳምን ከእግዚአብሔር የለየው በሔዋን አማካይነት ተጠቅሞ ነበር፡፡ በመጀመሪያ በእግዚአብሔር ቃል ላይ ጥያቄ እንዲኖራቸው አደረገ፡፡ ቀጥሎም የእግዚአብሔርን ቃል እንዲያቃልሉ አነሳሳቸው፣ በመጨረሻም በእግዚአብሔር ቃል ላይ እንዲያምጹ አደረጋቸው፡፡ ክፉውንና ደጉን ቢለዩ፣ እንደ እግዚአብሔር የሚሆኑ መሰላቸው፡፡ ሰውን ለኃጢአት የሚያነሳሳው «ከእግዚአብሔር ይልቅ የሚሻለኝን የማውቅ እኔ ራሴ ነኝ» የሚለው አስተሳሰቡ ነው፡፡

ሔዋን በፈተናው የወደቀችው በዚህ ምክንያት ነበር፡፡ ከእግዚአብሔር ቃል ይልቅ በስሜትዋ ተደገፈች፡፡ ሔዋን የተፈተነችው በሥጋ ምኞት፣ በዓይን አምሮትና በገንዘብ ወይም በሕይወት በመመካት ነበር፡፡ ሰውን ወደ ውድቀት ከመራው ኃጢአትና ይህ ውድቀት ካስከተለው ችግር ነፃ የሚያደርገው እምነት ብቻ ነው፡፡ በእግዚአብሔርና በእግዚአብሔር ቃል እንዲታመን የሚያደርገው እምነት ነው፡፡ ፍጻሜያችን የሚወሰነው እምነት የሚጠይቀውን ጉዳይ በማሟላታችን ወይም ባለማሟላታችን ነው፡፡

www.ingramcontent.com/pod-product-compliance
Lightning Source LLC
Chambersburg PA
CBHW070105070426
42448CB00038B/1722
* 9 7 8 1 7 8 2 6 3 2 2 6 9 *